የጊዜ አጠቃቀም ጥበብ

Time Management Wisdom

በዶ/ር ኢዮብ ማሞ

የጊዜ አጠቃቀም ጥበብ

አምስተኛ እትም 2009

Time Management Wisdom

Fifth edition 2017

ይህንን መጽሐፍ ሙሉ በሙሉም ሆነ በከፊል

ያለ ደራሲው ፈቃድ ማባዛት በሕግ የተከለከለ ነው፡፡

Dr. Eyob Mamo

Box 5824

Addis Ababa

Ethiopia

251-911-22-05-66

Cover image by © Stillfx / Fotolia

ISBN-10: 0988328534
ISBN-13: 978-0988328532

- ምስጋና -

የሞራል ድጋፍ፣ የጽሑፍ እርማትና ማስተካከያ፣ እንዲሁም የሽፋን ዲዛይን መዋጮ ከውድ ባለቤቴ ከአዲያም ሰሎሞን ተቀብዬአለሁና የከበረ ምስጋና ...

ጽሑፎቼን በማንበብ የበለጠ እንድጽፍ ለሚያበረታቱኝ አንባቢዎች የከበረ ምስጋና ...

ከሁሉም በላይ ለአገሬና ለሕብረተሰቤ ይህንን መሰል ጽሑፎች እንዳቀርብ ሁል ጊዜ ለሚረዳኝ ለአምላኬ የላቀ ምስጋና፡፡

- ማውጫ -

| መግቢያ |

"የአፍሪካ ጊዜ"

"የጊዜ አጠቃቀም ጥበብ" ማለት የሕይወትን ውጤታማነትና ጥራት ለማሻሻል የምንጠቀምበት መርህ፣ ችሎታ፣ ብቃትና የአሰራር ሂደት ነው ብንል አንሳሳትም:: ይህንን ብቃት ያዳበረ ሰው ሕይወቱን የሚመሩት የተለያዩ እድሎችና ገጠመኞች ሳይሆኑ ራሱ ነው:: በሌላ አባባል፣ ስኬታማ የጊዜ አጠቃቀም ጥበብ ያዳበረ ሰው ጊዜውን በፕሮግራምና በእቅድ ይመራል:: እንዲህ አይነቱ ሰው እርሱ ለራሱ ፕሮግራም ካላወጣለት ሌሎች ሁኔታዎችና ሰዎች እንደሚያወጡለትና እንደሚነዱት ያውቃል::

የሃገሮች ሃብት

በአለም ላይ ያሉ ሃገሮች በድንበራቸው ክልል ውስጥ የተለያዩ የሃብት አይነቶች አሏቸው:: አልማዙ፣ ወርቁ፣ ብሩና የዘይቱ አይነት በየሃገሩ ይገኛል:: በአንዱ ሃገር ውስጥ ያለ ሃብት በሌላኛው አገር ያለመኖሩ እውነታ በሃገሮች መካከል ያለውን መፈላለግ ያጠናከረዋል:: አንዳንድ ሃገሮች ያላቸውን የተፈጥሮ ሃብት ሳያወጡና ሳይጠቀሙበት እንዲሁ ተቀምጧል:: ሌሎቹ ደግሞ የሃገራቸውን ሃብት የሚጠቀሙት እነሱ ሳይሆኑ የሌላ ሃገር ዜጎች ናቸው:: በአንዳንድ አካባቢ ደግሞ ሃብቱ እንዳለ ይታወቃል ነገር ግን ሃብቱን በቅጡ አይጠቀሙበትም:: አጠቃቀሙ ስላልታወቀ ተሸራርፎ የሚያልቀው የከበረ ድንጋይ ብዛት ሲታይ ያስገርማል::

ለሁሉም አገር በእኩል ሁኔታ የተሰጠ አንድ ሃብት አለ:: ይህ ሃብት "ጊዜ" ይባላል:: ይህንን ሃብት ማንም የውጪ ዜጋ መጥቶ ሊወስድብን አይችልም:: ይህንን ጊዜ የተሰኘ ሃብት ግን ሳንጠቀምበት እንዲሁ ሸራርፈንና ምንም ባልተዋቀረ መልኩ ለዚህና ለዚያ ነገር እየተጠቀምንበት ልናባክነው እንችላለን:: በሃገራችን ኢትዮጵያ እንደ ጊዜ የባከነና ከንቱ ሆኖ የቀረ ሃብት የለም:: ጊዜያቸውን በሚገባ የሚጠቀሙና ከስኬት ወደ ስኬት የዘለቁ ብዙ የሕረተሰባችን አካላት ቢኖሩም እንኳ፣ እውነታውን ስናጤነው በአብዛኛው የሕብረተሰቡ ክፍል ውስጥ ጊዜ ትርጉም የለውም:: ይህ ሁኔታ ደግሞ በመላ-ምት እና በደመ-ነፍስ እንድንኖር ያደርገናል::

በተለያዩ ክፍላተ-ዓለማት የሚገኙ ሰዎች የጊዜን አጠቃቀም አስመልክቶ የሚያስተውሉትን የመንተትና የመዘግየት ልማድ፣ "የአፍሪካ ጊዜ" ብለው ይጠሩታል፡፡ ይህ በሰዓት ላይ ያለ የግንዛቤ እጥረትና "ዘና" ያለ አቀራረብ ለለመዱት የባህላቸው አካል ሆኖ ቢዋሃዳቸውም ላልለመዱት ደግሞ እንደ እንግዳ ነገር የሚቆጠርና ውስጥን የሚያውክ ጉዳይ ነው፡፡ የውጪ አገር ሰዎች ወደ ሃገራችን ሲመጡ የሚመገቡትን ምግብ ሆዳቸው ስላልለመደው እንደሚያውካቸው፣ የጊዜ አጠቃቀማችንም እንዲሁ ነው፡፡ ግድ ሊለን የሚገባው ግን የእነሱ መታወክ ሳይሆን ጊዜን በአግባቡ ካለመጠቀማችን የተነሳ የሚከተለን መዘዝ ነው፡፡

እንደ አፍሪካዊ፣ ከዚያም ጠበብ ሲል እንደ ኢትዮጵያዊ፣ የጊዜ አጠቃቀም ሁኔታችን ምን ያህል የተበላሸ እንደሆነ ለማወቅ ምንም አይነት ጥናታዊ አቅርቦቶችን ለማግኘት መጣጣር የለብንም የራሳችንንና በአካባቢአችን ያለውን የጊዜ አጠቃቀም ሁኔታና ዝንባሌ ማጤኑ ከበቂ በላይ ነው፡፡ ለአንድ ስብሰባ ስንጠራ በሰዓቱ ብንደርስ የሚገጥመንን ቁጭ ብሎ ያልመጡትን የመጠበቅ ሁኔታ ወይም ደግሞ በሰዓቱ መድረስ የሚሰጠንን "የመዋረድና የመናቅ" መንፈስ ስለምንፈራው ዘግይቶ መድረስ እንመርጣለን፡፡ ይህ ሁኔታ ደግሞ የማይቋረጥን ዑደት ፈጥሮብናል፡፡ የሰርጎቻችንን ሁኔታ እናስባቸው፡፡አንድ ሰው የሰርግ ጥሪውን አክብሮ በሰዓቱ ቢገኝ ከአንድና ከሁለት ሰዓታት በላይ ቁጭ ብሎ ሰርጉ እስኪጀመር መጠበቅ የተለመደ ነው፡፡

አንድ የጋና ተወላጅ እንዲህ ሲል ተናግሯል፣ "ክፍለ ዓለማችን ሳታድግ የመቀጠሏ ዋነኛ ምክንያት በጊዜ ላይ ያለን ግድ የለሽ ዝንባሌና ማሻሻል ያለብን የጊዜ አባካኝነት ዝንባሌ ነው፡፡ ሰዓትን ያለማክበር ችግራችን ከልክ ያለፈ ከመሆኑ የተነሳ ቀጠሮን አለማክበርና በሰዓት አለመገኘት `የአፍሪካ ጊዜ` በመባል ተቀባይነት አግኝቷል" (ምንጭ፡- https://en.wikipedia.org/wiki/African_time)፡፡

እንደሚታወቀው ሁሉ ሁላችንም እንደማንኛውም በቀደሙት ዘመናት ኖረው እዳለፉ ሰዎች በቀን ውስጥ 24 ሰዓታት አሉን፡፡ ነገር ግን በዚህ በምንኖርበት ክፍለ- ዘመን ያለው የኑሮ ጫናና ሩጫ እነዚህን ቢሰራባቸውም ሆነ ባይሰራባቸው ከማለፍ ፍንክች የማይሉ ሰዓታት አጭር ያደርጋቸዋል፡፡ የየቀኑ ሩጫና መጨናነቅ ቀኑ እንደ አንድ ደቂቃ ታጥፎ የሄደ እስኪመስል ድረስ ያዋክበናል፡፡ ያለን ምርጫ አንድ ነው፣ ሰዓትን በአግባቡ

የመጠቀምን ጥበብ ማዳበር!

ይህንን አስበህ ታውቃለህ? ሰዓትህን በአግባብ በመጠቀም ሁኔታዎችን ካልመራሃቸው ሁኔታዎች ራሳቸው አንተን ይመሩሃል፡፡ በሰዎችም በቀላሉ የምትመራና የምትነዳ ሰው ትሆናለህ፡፡ ውጤቱም የምርታማነትና የስኬታማነት መቀነስ ነው፡፡ ጊዜህን በአግባብ የመጠቀም ብቃት እንደጎደለህ ለማወቅ የሚከተሉትን ጥያቄዎች እራስህን መጠየቅ ትችላለህ፡-

- አንድን የጊዜ ገደብ ያለውን ስራ ለመጨረስ ዘወትር በመጨረሻው ሰዓት የመሯሯጥ ባህሪ አለህ?
- አብዛኛውን ጊዜ ለቀጠሮም ሆነ ለሌላ የጊዜ ገደብ የመዘግየት ዝንባሌ አለህ?
- በተመሳሳይ ጊዜ ከአንድ በላይ ቀጠሮ ወይም ፕሮግራም በመያዝ ግራ የመጋባት ባህሪይ ያጠቃሃል?

በዚህ መጽሐፍ ውስጥ የተቀመጡት መመሪያዎች የጊዜን አጠቃቀም አስመልክቶ በርካታ እውነታዎችን ይዘዋል፡፡ ሆኖም፣ አንባቢው ጠለቅ ብሎ የበለጠ እንዲያነብና ራሱን እንዲያሻሽል እንደመመሪያና ማነሳሻ እንጂ ሁሉን እውነት ያቀፈ መጽሐፍ አይደለም፡፡ በዚህ ጽሑፍ አነሳሽነት ወደበለጠ ስኬት እንዲዘልቁ ለአንባቢዎቼ ሁሉ እየተመኘሁ አብረን ወደ ሃሳቡ እንድንገባ እጋብዛለሁ፡፡

መልካም ንባብ!

- ክፍል አንድ -

የጊዜ ትርጉምና አስፈላጊነት

"ጊዜ ከሁሉ ነገር በላይ እጅግ የሚያስፈልገን ነገር ሆኖ ሳለ ከሁሉ ነገር በላይ በተበላሸ ሁኔታ የምንጠቀምበት ነገር ነው" - William Penn

---

- የአንድን አመት ዋጋ ለማወቅ ከፈለግህ ክፍሉን የደገመን ተማሪ ጠይቀው፤
- የአንድን ወር ዋጋ ለማወቅ ከፈለግህ ካለወሩ የተወለደን ሕጻን የወለደችን ሴት ጠይቃት፤
- የአንድን ሳምንት ዋጋ ለማወቅ ከፈለግህ በየሳምንቱ የሚወጣን ጋዜጣ አሳታሚ ጠይቀው፤
- የአንድን ቀን ዋጋ ለማወቅ ከፈለግህ የወሳኝ ፈተናን ውጤት ነገ ለመስማት የሚጠብቅን ተማሪ ጠይቀው፤
- የአንድን ሰአት ዋጋ ለማወቅ ከፈለግህ ለመገናኘት የተቀጣጠሩ ትኩስ ፍቅረኞችን ጠይቃቸው፤
- የአንድን ደቂቃ ዋጋ ለማወቅ ከፈለግህ አውቶቡስ ለትንሽ ያመለጠውን ሰው ጠይቀው፤
- የአንድን ሰከንድ ዋጋ ለማወቅ ከፈለግህ ከአደጋ ለጥቂት ያመለጠን ሰው ጠይቀው፤
- የአንድን ሚሊ ሰከንድ ዋጋ ለማወቅ ከፈለግህ በኦሎምፒክ ሩጫ ለጥቂት የተቀደመን ሯጭ ጠይቀው፡፡

- Unknown Source

ሰው ለምንም ነገር የሚከፍለው በገንዘብ ሳይሆን በጊዜ ነው፡፡ ይህ እውነት ቀድሞውኑ ገንዘቡን ካለመኖር ወደ መኖር ያመጣው "ጊዜ" የተባለው ነገር የመሆኑን እውነታ ጠቋሚ ነው፡፡ ጊዜ በአለም ላይ ውድ ከተባሉ ነገሮች ቀደምተኛውን ስፍራ የያዘ ጉዳይ ነው፡፡ ጊዜውን ያባከነ ሰው ሕይወቱን ያባከነ ሰው ነው፡፡ ጊዜን በአግባቡ ባለመጠቀም ምክንያት ሰዎች ገንዘብን ይከስራሉ፣ ወዳጅነትን ያበላሻሉ፣ ከዚያም አልፎ፣ አንዳንድ ጊዜ፣ በሞትና በሕይወት መካከል የሚወስን ገጠመኝ ውስጥ ራሳቸውን ይጨምራሉ፡፡ የጊዜ አጠቃቀማችን ሁኔታ ተጽእኖው እጅግ ብዙ ነው፡፡ ይህ የሆነበት ምክንያት ጊዜ አንድና አንድ በመሆኑ ነው - ጊዜ አንዴ ካለፈ በፍጹም ተመልሶ አይመጣም፡፡ ጊዜ በብዙ እድሎች የተሞላ ሃብት ነው፡፡ ጊዜ እንዲሁ ሲያልፍና ሲባክን ከዚያው ጋር አስገራሚ እድሎችና ሌሎች ውብ ነገሮች አብረው ያልፋሉ፡፡

የሚያስገርመው ነገር፣ ጊዜ ይህን ያህል ውድና ወሳኝ ጉዳይ ሆኖ ሳለ የሕብረተሰቡ አብዛኛው ክፍል በቸልተኝነት ሲመለከተው ማየት ነው፡፡ አንዳንድ ሰው ያልተጠቀመበትን ጊዜ እንደገና አውጥቶ ለመጠቀም የሚያስችለው የጊዜ ማጠራቀሚያ የባንክ ሂሳብ ያለው እስኪመስል ድረስ ሲያዘግም ይታያል፡፡ የአንዳንዱ ሰው በጊዜ ላይ ያለው ግድ የለሽ አመለካከት ምንጩ የሞራል ውድቀትና የመሳሰሉት ሁኔታዎች ሲሆን የአብዛኛው ሰው ችግር ግን ምንጩ የጊዜን አስፈላጊነትና አጠቃቀም በሚገባ ያለመገንዘብ ነው ብንል አንሳሳትም፡፡ ከልጅነት ጀምሮ በምሳሌነት የመራን ሰው አለመኖሩና ቤተሰቦቻችንና ሕብረተሰቡ ቀድሞ ለመጣለት ነገር ምላሽ እየሰጠ ሲኖር እያየን የማደጋችን ተጽእኖ ይህ ነው አይባልም፡፡ መፍትሄው አንድና አንድ ነው - የጊዜን አጠቃቀም ጥበብ በሚገባ በመማር በዚህ አቅጣጫ ከሰለጠኑት የሕብረተሰብ ክፍሎች ለመቀላቀል ራስን ማዘጋጀት!

በዚህ በመጀመሪያው ክፍላችን ውስጥ በሚገኙት ሶስት ምእራፎች ውስጥ የጊዜን ምንነት የሚያስጨብጡ እውነታዎችን እናጤናለን፡፡

- 1 -

የሕይወት ዘመንህ ሲለካ

እንደ ግለሰቡ የእድሜና የመሳሰሉት ሁኔታዎችና እንደ ሕብረተሰቡ ባህል ቢለያይም፣ በአማካኝ ሲታሰብ ሰዎች ጊዜ የሰጣቸውን አንድን 24 ሰዓታት ያለውን ቀን በሚከተሉት ሁኔታዎች ያሳልፋል ተብሎ ይታመናል፡፡

- 8.5 ሰዓታት በእንቅልፍ
- 1 ሰዓት ራስን በመንከባከብ
- 2.5 ሰዓታት እንደ ጽዳት አይነት የቤት ውስጥ ስራን በመስራት
- 8.5 ሰዓታት በስራ ወይም በትምህርት ቤት
- 3 ሰዓታት ለወዳጆቻቸው እንክብካቤን በመስጠት

እነዚህ ከላይ የተጠቀሱት የጊዜ ክፍፍሎች በአለም ዙሪያ የተደረገ አጠቃላይ ግምገማዊ ጥናት ውጤቶች ናቸው፡፡ ስለሆነም፣ በጊዜ ላይ ያለንን እይታ ሰፋ ያደርጉልናል እንጂ የሁሉንም ሰው የጊዜ አጠቃቀም አይወክሉም፡፡ በተለይ በምንኖርባት በሃገራችን ኢትዮጵያ የጊዜ አጠቃቀም ጉዳይ ገና መልኩን ለመያዝ "በምጥ" ላይ ይገኛል፡፡ በአንድ ጎኑ በሕብረተሰቡ መካከል ያለው አመለካከትና የባህል ቅኝት በጊዜ ላይ ያለንን ግንዛቤ ሊያዛባው ይችላል፡፡ ከማዛባትም አልፎ የጊዜ አጠቃቀም ጥበብ ቢበራልን እንኳ ያንን የበራልን እውነታ እንዳንተገብር የሚጋፋን ብዙ ማህበረሰባዊ ተጽእኖ አለብን፡፡

ከዚህ ተጽእኖ በተጨማሪ የግለሰቡ ስነ-ልቦናዊ ሁኔታ ወሳኝ ነው፡፡ ለምሳሌ፣ ራሱን በማወቅና ዓላማውን በመለየት የተደላደለ ሰው እና በዚህ ሁኔታ ያልበሰለ ሰው ጊዜን

በእኩል ሁኔታ አይጠቀሙበትም። የሚከተለውን የአንድ ሰው እይታ እናጢን። ይህ ሰው የአንድ ሰው የሕይወት ዘመን በአማካኝ 75 ቢሆን ብሎ ካሰላ በኋላ፣ እንዲህ ሲል ተናገረ፡-

- የመጀመሪያዎቹን 15 ዓመታት ራሳችንን ለማግኘት ስንጣጣር እናሳልፋለን።
- ከ15 – 30 ዓመታችን ሌሎች የምናደንቃቸውን ሰዎች ለመምሰል ስንጣጣር እናሳልፋለን።
- ከ30 – 45 ዓመታችን ላለፉት 15 ዓመታት ማንን ለመምሰል ስንጣጣር እንዳሳለፍነው ስናስብ እናሳልፋለን።
- ከ45 – 60 ዓመታችን ሁለተኛ እድል የሚሰጠን ሰው ስንፈልግ እናሳልፋለን።
- ከ60 – 75 ዓመታችን የኖርንባቸው ዓመታት በምንና እንዴት ፈጥነው እንዳለፉ ስናውጠነጥን እናሳልፋለን (Unknown Source)።

ይህ ስሌት ምናልባት ሁላችንንም የሚወክል ባይሆንም እድሜያችንን የምናሳልፍበትን ነገር በጥንቃቄ እንድናስብ ልቦናችንን ያነቃዋል። በተጨማሪም፣ ሰው ራሱን ለማግኘት የሚያደርገው ጥረት በጊዜው ላይ ምን ያህል ተጽእኖ እንዳለው አመልካች ነው። በዚህች ባለችን ጥቂት ዘመን ጊዜያችን በቅጡ ተጠቅመንበትና ለግላችን፣ ለቤተሰባችንም ሆነ ለሕብረተሰቡ የሚረባን ነገር በመትከል አሻራችንን ትተን ለማለፍ በቅድሚያ መስመር ልናስይዛቸው የሚገቡን ጉዳዮች አሉ። ከእነዚህ ጉዳዮች መካከል ራስንና የሕይወትን ዓላማ የማወቅ ጉዳይ አንዱና ዋነኛው ነው። ገና በለጋነቱ ራሱን በሚገባ ወደማወቅ የመጣና የሕይወቱን ራእይ የተገነዘበ ሰው ጊዜን በጥበብ ለመጠቀም ወደሚያስችለው ጎዳና ገብቷል ተብሎ ይታመናል። ጊዜን በአግባቡ የመጠቀም ሁኔታ ከሕይወት ዓላማና ግብ ጋር የተያያዘ ጉዳይ ስለሆነ።

ስለዚህ የጊዜን አያያዝ ጥበብ ለመገንዘብ ከመሞከራችን በፊት ራሳችንን የመገንዘብ ጉዞ መጀመር አለብን። ማን ነኝ? የት ነው ያለሁት? ምን ማድረግ ነው የምፈልገው? ይህንን ለማከናወን የፈለኩት ነገር ለመፈጸም ምን ያህል ጊዜ አለኝ? ሁኔታውን እውን ለማድረግ ምን ማድረግ አለብኝ? ከየት ልጀምር? … የሚሉት ጥያቄዎች ብዙም ሳይቆይ ጊዜዬን

እንዴት ልጠቀም? ወደሚለው ቁልፍ ጥያቄ መድረሳቸው የማይቀር ነው፡፡ ይህ ጥያቄ፣ መጀመር ያለብንን ነገር እንድንለይ ልባችንን ያነቃቃዋል፡፡ ሂደቱ ብዙም ሳይቆይ ያንን ለመጀመር የፈለኩትን ነገር ለመጀመር ጊዜን ከየት ላምጣ ወደሚለው ያልፋል፡፡ ከዚያም የሚከተለው ጥያቄ፣ ጊዜ ለማግኘት የትኛውን ተግባሬን በማቆም ለአስፈላጊው ነገር ጊዜ ልፍጠርለት? የሚለው ይሆናል፡፡

እነዚህ ደረጃዎች የግምገማ ደረጃዎች ናቸው፡፡ ራስን በመገምገም ያሉበትን ማወቅ፡፡ ዓላማን በመገምገም ወደየት መሄድ እንደፈለጉ መለየት፡፡ ከዚያም፣ አሁን ያሉበትን ቦታ በመገምገም እንዴት ወደታሰበው ደረጃ መድረስ እንደሚቻል ማጤን፡፡ በመጨረሻም የጊዜን ጉዳይ በመተመን "በጀት" ማውጣት፡፡ ይህንን የጊዜን "በጀት" የማውጣት የመጨረሻ ደረጃ ተግባራዊ ለማድረግ በቅድሚያ ጊዜዬን በሚገባ እንዳልጠቀም ያደረገኝ የግሌን ችግር መለየት አለብኝ፡፡ ይህንን ለማድረግ ከጊዜ ጋር ያለኝን ግንኙት በማጤን በየቀኑ ላለኝ ተግባርና የጊዜ አጠቃቀም ምን አይነት ዝንባሌ እንዳለኝ ማወቅ አስፈላጊ ነው፡፡

ሰው የየእለት ኑሮውን የሚኖረውና ተግባሩን የሚያቀናጀው እንደ አመለካከቱ፣ እንደ አስተዳደጉና ጊዜን አስመልክቶ እንዳለው ግንዛቤ ነው፡፡ ስለዚህም የጊዜ አጠቃቀም ዝንባሌዬን ማወቅና ለዚህ አይነት ሁኔታ የዳረገኝ ምን አይነት ሁኔታ እንደሆነ መለየት መልካም ጅማሬ ነው፡፡ ዛሬ የምኖረው ኑሮዬ የብዙ ነገር ድምር ነው፡፡ በአንድ ጎኑ የግሌ ጸባይና ዝንባሌ ጠብታ ሲኖርበት በሌላ ጎኑ ደግሞ በልጅነቴ በምሳሌነት ከመሩኝ ቤተሰቦቼና አስተማሪዎቼ አይቼና ቀስሜ ያደኩትም ጠብታ አለበት፡፡ እነዚህ ሁኔታዎች ተደምረው የዛሬውን በጊዜ ላይ ያለኝን ግንዛቤ ወደመኖር አምጥተውታል፡፡ ስለዚህም ካለፈው ሕይወቴ ተጽእኖ የተነሳ የጨበጥኩትን የጊዜ አያያዝ ሁኔታ ለመገንዘብ ራሴን ማየት መልካም ጅማሬ ነው፡፡ የሚከተሉትን የተለመዱ የጊዜ አያያዝ ዝንባሌዎች እናጢን፡፡

"አቶ የአደጋ ጊዜ ተጠሪ"

ልክ የእሳት አደጋ መከላከያ ሰራተኞች ተግባራቸው በየቦታው እየበረሩ የተነሳን እሳት ማጥፋት እንደሆነ "አቶ የአደጋ ጊዜ ተጠሪ" እዚህና እዚያ ብቅ ለሚሉ ሁኔታዎች ምላሽ

በመስጠት ጊዜውን የሚያሳልፍሰው ነው፡፡ ለተለያዩ ችግሮች ምላሽ በመስጠት ከመሯሯጡ የተነሳ ቁጭ ብሎ ጊዜውን በሚገባ ለመጠቀም የሚረዳውን እቅድ ለማውጣት "ጊዜ" የለውም፡፡ ልክ የእሳት አደጋ ተከላካዮች ከዚህኛው ወደዚያኛው እሳት እንደሚጣደፉ፣ እንዲህ አይነቱ ሰው ብዙውን ጊዜ ከስፍራ ወደ ስፍራ በፍጥነት ሲዘዋወርና በወቅቱ ሃሳቡን ለሳበው ችግር ምላሽ ለመስጠት ሲሯሯጥ ይታያል፡፡

ይህ አይነቱ ዝንባሌ አብዛኛውን ጊዜ ምንጩ የአስተዳደግ ሁኔታ ነው፡፡ አንድ ሰው ለተደወለው ስልክና ተከሰተ ለተባለው ችግር ሁሉ በድንገት ብድግ በማለት በሚሮጡ ቤተሰቦች መካከል ካደገ ያንንው ተምሮ ነው የሚያድገው፡፡

"አቶ አስደሳች"

የ"አቶ አስደሳች" ችግር "እምቢ" ለማለት ያለመቻል ችግር ነው፡፡ አንድ ሰው አንድን ነገር እንዲያደርግለት ከጠየቀው፣ ጊዜ ባይኖረው እንኳ "እሺ" በማለት ቃል ይገባል፡፡ ሰውን ሁሉ የመሸኘቱ፣ ለቸገረው ሁሉ ገንዘብ አበዳሪነቱ፣ ከአቅሙ በላይ ቢሆንም እንኳ የተጠየቀውን ስራ ሁሉ በእሺታ የመቀበሉ ዝንባሌ ጊዜ አጠቃሙን ከመስመር አውጥቶበታል፡፡

"አቶ አስደሳች" በተመሳሳይ ሰዓት ላይ ከሁለትና ከሶስት ሰዎች ጋር ቀጠሮ ሊይዝ ይችላል - በመዘንጋት ሳይሆን እምቢ የማለት የፈቃድ ጉልበት በማጣት፡፡ እንዲህ አይነት ሰው ከአምስትና ከስድስት ኮሚቴዎች በላይ አባል ሆኖ ራሱን ሊያገኘው ይችላል፡፡እንዲህ አይነቱ ዝንባሌ ከዝቅተኝነት ስሜትና ተቀባይነት ለማግኘት ከሚኖር የውስጥ ምኞት ወይም ደግሞ የሰውን ስሜት ላለመጉዳት ካለ ጽኑ ፍላጎት ሊመነጭ ይችላል፡፡ "አቶ አስደሳች" ብዙ ጊዜ ከሰዎች ሲደበቅ ይታያል - ይህንን አድርግልኝ ተብሎ ተጠይቆ እምቢ ከሚል መደበቁን ይመርጣል፡፡

"አቶ ጊዜ አለኝ"

"አቶ ጊዜ አለኝ" አንድን ነገር የሚተገብረው ሲመቸው ወይም "ሙዱን" ሲያገኝ ነው፡፡ ዘና ያለ፣ መጨናነቅ የማይወድና ብዙውን ጊዜ እግሩን ጠረጴዛ ላይ ሰቅሎ የሚታይ ሰው ነው፡፡ ተግባሮቹን ቅደም ተከተል የማስያዝ ልማድ ባይኖረውም በውስጥ ታዋቂነት ግን

ማድረግ ደስ ከሚለው ተግባር መጀመር እንደሚወድ እውቅ ነው፡፡ አንድ ነገር ደስ የሚለው ከሆነ ጊዜ አያጣለትም፡፡ በመቀጠልም ለማድረግ ቀለል ያለውን የመምረጥ ዝንባሌ አለው፡፡ አንድ የጀመረውን ነገር ለማስተላለፍ ወይም ለማቆም ትንሽ “እንቅፋት” በቂ ነው፡፡

“አቶ ጊዜ አለኝ” የኑሮው መፈክር፣ “ስደርስ አደርስበታለሁ” ነው፡፡ አብዛኛውን ጊዜ በጊዜው ያልተከናወነ ተግባር ሊያደርስ የሚችለውን መዘዝም ሆነ ሊጎዳ የሚችለውን ሰው የማየት ብቃት የለውም፡፡ እንዲሁ በመላ-ምት ስለሚኖር ከራሱ አልፎ ቤተሰቡንም ሆነ መስሪያ ቤቱን የሚጎትት ታላቅ የስኬት ጠንቅ ነው፡፡

“ወ/ሪት ማሕበረሰብ”

“ወ/ሪት ማሕበረሰብ” የተወለደችው ከሰዎች ጋር ለመሰባሰብ እንደሆነ የሚያስመስልባት ማንነት አላት፡፡ የንግግር ችሎታዋና የመግባባት ፍጥነቷ አስገራሚ ነው፡፡ ከሰዎች ጋር ለመገናኘትና ለማሳለፍ ከምታገኘው አጋጣሚ አንዱም አያመልጣትም፡፡ የሚያስደንቀው ነገር ለማሕበራዊ ሕይወት በምታደርገው የዚህና የዚያ ሩጫ በፍጹም አለመድከሟ ነው፡፡ “ወ/ሪት ማሕበረሰብ” “ጓደኞቼ” ብላ የምትጠራቸው ሰዎች ቁጥር ስፍር የላቸውም፡፡ አብዛኛዎቹን በቀን ውስጥ በአካል ካላገኘቻቸው በስልክ ረዘም ላለ ጊዜ ታነጋግራቸዋለች፡፡ ለመስራት ያልፈለገችው ስራ ካለ ያንን ስራ የምታስተላልፈው ከሰዎች ጋር በመገናኘትና ይህና ያንን በማድረግ ነው፡፡

“ወ/ሪት ማሕበረሰብ” ከስራዋ አካባቢ በፍጹም ሰው አይጠፋም፡፡ ከአንድ ቦታ ወደሌላኛው፣ ወይም ደግሞ ከስራ ቦታ ወደቤቷ ስትሄድ በመንገድ ላይ ሰዎችን ቀጥሮ ሻይ መጠጣትም ሆነ መጨዋወት የተለመደ ተግባሯ ነው፡፡ የአንድን ስራ የቀን ገደብ ከሰዎች ጋር ለማሳለፍ ስትል ማስተላለፍ እንደ ችግር አይታያትም፡፡

ከላይ ከተዘረዘሩት ዝንባሌዎች መካከል ራስህን በየትኛው አገኘኸው? ካላገኘኸውስ ራስህን በምን አይነት ሁኔታ ያየኸው ይመስልሃል? ጊዜ አጠቃቀምህ ሙሉና ስኬታማ ነው ብለህ ታስባለህ? እንግዲህ በዚህ ምእራፍ ለማሳየት እንደተሞከረው አንባቢዬ ወደዚህ መጽሐፍ ዋና ዋና ሃሳቦች ዘልቆ ከመግባቱ በፊት በጊዜ ላይ ያለውን እይታና ራሱን ከዚህ “ጊዜ” ከተሰኘው አስፈላጊ ስጦታ ጋር እንዴት አጣጥሞ በመኖር ላይ እንዳለ

ማስተዋሉ አስፈላጊ ነው፡፡

ከዚህ እይታ አልፎ ለመሄድ በቅድሚያ “ጊዜ” የሚለውን ቃል መተርጎምና በቂ ግንዛቤን ማዳበር የግድ ነው፡፡ የሚቀጥለው ምእራፋችን “ጊዜ” ለሚለው ቃል አጭርና ግልጽ ትርጓሜ ይሰጠናል፡፡

- 2 -

"ክሮኖስ" እና "ካይሮስ"

ጊዜ አድልዎ አያውቅም፡፡ ለማንኛውም ሰው በዓመት 365 ቀናት ይሰጣል፡፡ ይህ ማለት 8,760 ሰዓታትና 525,600 ደቂቃዎች ወይም 31,536,000 ሰከንዶች ማለት ነው፡፡ በሌላ አባባል ጊዜ ለእያንዳንዱ ሰው በቀን ውስጥ 86,400 ሰከንዶችን ወይም 1,440 ደቂቃዎች ወይም ደግሞ 24 ሰዓታትን ያድላል፡፡ ይህ ስጦታ ነጻ ነው፣ ይህንን ስጦታ በትርፋማነት ለመጠቀም ግን ማሰብንና ዋጋ መክፈልን ይጠይቃል፡፡

የሰው እድሜ በአማካኝ 75 ነው የሚባለውን በብዙ ሰዎች ተቀባይነት ያለውን ግምት ብንወስድ፣ በሕይወት ዘመናችን 27,375 ቀናት፣ 657,000 ሰዓታት፣ እና 39,420,000 ደቂቃዎች ተሰጥተውናል፡፡ ይህንን ጊዜያችንን የምንጠቀምበት መንገድ የስኬታማነታችንን ሁኔታ ይወስናል፡፡ ጊዜን በአግባብ መጠቀም የግል ውሳኔና ምርጫ ጉዳይ ስለሆነ፣ ለመወሰንና የተደራጀ ሕይወት ለመኖር መምረጥ እንችላለን፡፡

ጊዜን በአግባቡና ስኬታማ በሆነ መልኩ ለመጠቀም ቅድሚያና ዋጋ ከሰጠሃቸው ጉዳዮች አንጻር ሰዓትን በአግባቡ መመደብ፣ መቆጣጠርና መጠቀም የግድ ነው፡፡ ጊዜህን በቁጥጥር ስር ስታደርገው ስኬትን የሚበሉ ሁኔታዎችን ታስወግዳለህ፤ ምክንያቱም ስኬትና የጊዜ አጠቃቀም ዘይቤ በቀጥተኛ ሁኔታ ግንኙነት አላቸውና ነው፡፡ እንግዲህ፣ አንድ ሰው ጊዜን በሚገባ ለመጠቀም ከሁሉ በፊት ይህ "ጊዜ" የሚባለው ነገር ምን እንደሆነ በሚገባ ሊገነዘብ ይገባዋል፡፡

"ክሮኖስ" (Chronos) እና "ካይሮስ" (Kairos)

በግሪክ ቋንቋ ጊዜን (ሰዓትን) የሚጠቁሙ ሁለት ቃላት አሉ - "ክሮኖስ" እና "ካይሮስ"። የሃገራችን ቋንቋዎች ውበትና ብርቱ ጎን እንደተጠበቀ ሆኖ፣ ከአንድ በላይ የሆኑ ሃሳቦችን በአንድ ቃል ጨፍልቆ የማስቀመጥ ባህሪይ አላቸው። እንደ ግሪክ ያሉ ቋንቋዎችን ስንመለከት ሊተላለፍ እንደታሰበው መልእክት አገላለጽን ቀላል የሚያደርጉ የተለያዩ ቃላትን ያዳበሩ ቋንቋዎች እንደሆኑ እንመለከታለን። ጊዜን አስመልክቶም ይህንኑ እውነታ ነው የምንመለከተው። ከዚህ በታች በአጭሩ የምንመለከተው ጊዜ የሚለውን ሃሳብ "ክሮኖስ" (Chronos) እና "ካይሮስ" (Kairos) ከተሰኙት የግሪክ ቃላቶች አንጻር ነው። በዚህ መልኩ ቃሉን ማጥናት በጊዜና በሰዓት ላይ ያለንን ግንዛቤ ያሰፋልናል፣ የአያያዝ ብልሃትም እንድንፈልግ ያነሳሳናል።

"ክሮኖስ"

በግሪኩ ቋንቋ "ክሮኖስ" ማለት የጊዜ መጠን ማለት ነው። ለምሳሌ፣ "20 ደቂቃ"፣ "አንድ ቀን" ወይም "አንድ ዓመት" እንደሚባለው ማለት ነው። ጊዜን "በክሮኖስነቱ" ስንገነዘበው፣ የጊዜን ገደብና አላቂነት እናስተውላለን።

በ20 ደቂቃ "ክሮኖስ" ውስጥ ምን አይነት ነገር አከናውኜ መጨረስ እንደምችል ማወቅ አስፈላጊ የኑሮ ጥበብ ነው። ይህንን ጥበብ ስናዳብር ጊዜን እንደገንዘብ በማሰብ በጀት ልናወጣለት እንችላለን። ለምሳሌ፣ ያለንን ክሮኖስ አንድ ሰዓት ከሆነ፣ በአንድ ነገር ወይም በሌላ ነገር ላይ ለማሳለፍ ለመወሰን እንችላለን። በአጭሩ፣ "ክሮኖስ" የተሰኘው የጊዜ አገላለጽ የጊዜን ውስንነትና ገደብ፣ እንዲሁም ደግሞ አላቂ መሆኑንና የተወሰነ ነገር ብቻ ሊያስተናግድ እንደሚችል ያሳየናል።

ይህንን "ክሮኖስ" የተሰኘውን አገላለጥ የጊዜን መጠን የማመላከቱ እይታ ከገንዘብ ጋር አዛምደን ማየታችን መልካም ሆኖ ሳለ ጊዜ ከገንዘብ የሚለይበት ብዙ ነጥቦች አሉት። ገንዘብን ልናጠራቅመው እንችላለን፣ ጊዜን ግን ካልተጠቀምንበት ያልፋል።

በተጨማሪም፣ ለምሳሌ አምስት ብር የሚያወጣን እቃ ለመግዛት ሁለት የአምስት ብር ኖቶች አንስተን ይህኛውን አምስት ብር ልክፈል ወይስ ያኛውን አንልም። ምክንያቱም

ሁለቱም አምስት ብሮች በዋጋ ያው ናቸው:: ሁለት የአንድ ሰዓት ጊዜያቶች ግን አንድ አይደሉም:: አንዱ ምሽት ላይ ሲሆን ሌላኛው ጠዋት ሊሆን ይችላል:: ስለዚህ በምን ሰዓት ምን ብናደርግ ውጤታማ እንደምንሆን በጥንቃቄ ማሰብን ይጠይቃል:: በተጨማሪም በአንዱ ሰዓት ላይ በጣም የደከምንበት ሌላው ሰዓት ላይ ንቁ የምሆንበት ሊሆን ይችላል:: ይህ ሁኔታ ደግሞ በዚያ ወቅት ለመስራት በፈለግነው ነገር ላይ ተጽእኖ ሊያመጣ ይችላል::

"ክሮኖስ" የተሰኘውን ጊዜ እንደ አንድ ሻንጣ ማየትም ይቻላል:: በአንድ ሻንጣ ውስጥ ማስቀመጥ የምንችለው ልብስ ውስን እንደመሆኑ መጠን በአንድ የጊዜ ("የክሮኖስ") ገደብ ውስጥም ማስቀመጥ ወይም ማከናወን የምንችለው ነገር ውስን ነው:: በስምንት ሰዓት የስራ ሰዓቴ ("ክሮኖስ") ውስጥ ማድረግ የምችለው ነገር የተወሰነ ነው:: እነዚህን መከናወን ያለባቸው ጉዳዮች ግን ከሚፈጁበት ደቂቃና ሰዓት አንጻር በመቃኘት ባለኝ ስምንት ሰዓት ውስጥ ካላካተትኳቸው የተዝረከረከ ሕይወት ውስጥ እገባለሁ::

ጊዜን በ"ክሮኖስነቱ" የመገንዘብ ጥቅሙ እንግዲህ እዚህ ላይ ነው:: የጊዜን ውስንነትና ገደብ አውቄ በዚያ ጊዜ ውስጥ ማስተናገድ የምችለውን ቁም ነገር መስመርና ተራ የማስያዝ ልማድ ውስጥ እንድገባ ይረዳኛል::

"ካይሮስ"

"ካይሮስ" ማለት አንድ ነገር የሚከናወንበት ሰዓት ወይም የቀጠሮ ጊዜ ማለት ነው:: ለምሳሌ፣ "ከጠዋቱ ሁለት ሰዓት" ወይም "በሚቀጥለው ሰኞ" እንደሚባለው ማለት ነው:: ጊዜን እንደ "ካይሮስ" ስንገነዘበው የቀጠሮን አስፈላጊነትና አያያዝ ጥበብ እንማራለን:: "ካይሮስ" (የጊዜ ቀጠሮ) "በክሮኖስ" (የጊዜ መጠን) ላይ ታላቅ ተጽእኖ ያመጣል:: ባለን የአንድ አመት "ክሮኖስ" ውስጥ ያሉትንና እየመጡ የሚሄዱትን የሰዓታትና የቀናት "ካይሮሶች" በፕሮግራምና ቀጠሮን በማክበር ካልተጠቀምንባቸው ጊዜያችን ("ክሮኖሳችን") በከንቱ ያልፋል::

ስኬተ-ቢስ ሰዎች አመቱን በጥቅሉ እንደ አመት ስለሚያስቡት፣ አንድ አመት አለኝ ብለው በጭፍንነት ነው ወደ አመቱ የሚገቡት:: ስለዚህም የመጣውን ሁሉ እያስተናገዱና ህይወት ወደ እነሱ ለወረወረው ገጠመኝ ሁሉ ምላሽ እየሰጡ ወዲህና

ወዲያ ሲንገላቱ ይኖራሉ:: በተቃራኒው፣ ስኬታማ ሰዎች ያላቸውን አንድ አመት ("ክሮኖስ") በተለያዩ ፕሮግራሞችና የቀን ቀጠሮዎች ("ካይሮሶች") በመሸንሸን ለአመቱ ዋና ዋና ተግባሮች የተቀናበረ እቅድ ያወጡላቸዋል:: በመሆኑም የአንዱ አመት "ክሮኖስ" (የጊዜ መጠን) በተለያዩ "ካይሮሶች" ወይም ቀጠሮዎች በፕሮግራም ስለተደራጁ በአመቱ መጨረሻ የሚያስመዘግቡትን ውጤት በአመቱ መጀመሪያ ላይ አውቀውት ነው የሚጀምሩት::

"የክሮኖስ" እና "የካይሮስ" ግንኙነት

በአንድ የስምንት ሰዓት የስራ ቀን ("ክሮኖስ") ውስጥ መከናወን ያለባቸው አምስት ጉዳዮች ቢኖሩኝ በመጀመሪያ ማቀድ ያለብኝ፣ እያንዳንዳቸው ተግባሮች ምን ያህል ሰዓት ("ክሮኖስ") እንደሚያስፈልጋቸው ነው:: በመቀጠልም የትኛውን ስራ በየትኛው ሰዓት ("ካይሮስ") ማከናወን እንዳለብኝ ማቀድ ወይም ቀጠሮ ማስያዝ አለብኝ:: እነዚህ የቀጠሮ ሰዓታት ("ካይሮሶች") በስርአት ካልተጠበቁ የስምንት ሰዓቱ የስራ ቀን ("ክሮኖስ") በከንቱ ያልፋል:: የእድሜ ዘመናችንም ከዚህ በተለየ መልኩ አያልፍም::

ለምሳሌ፣ የሰኞ የስራ ቀኔ ከጠዋቱ 3 ሰዓት እስከ 11 ሰዓት ከሆነ እነዚህ 8 ሰዓታት በቀን ውስጥ ላሉብኝ መከናወን ያለባቸው ተግባሮች በስነ-ስርአት ማካፈል አለብኝ:: ይህን ለማድረግ በቅድሚያ ጉዳዮቹን እንደ አስፈላጊነታቸው መዘርዘር ተገቢ ነው:: በመቀጠልም እያንዳንዳቸው ጉዳዮች ምን ያህል ደቂቃ ወይም ሰዓት እንደሚፈጁ በቅጡ ማወቅ አለብኝ:: ከዚያም፣ ለጉዳዮቹ ቀጠሮን በመያዝ በዚያ ቀጠሮ በሰዓቱ በመገኘት መጠናቀቅ ያለበትን ተግባር በማጠናቀቅ ማለፍ ተገቢ ነው:: ይህ ቀላል የሚመስል አመለካከት የሰለጠኑትን ሕብረተሰቦች ካልሰለጠኑት የሚለያቸው ዋነኛ እይታ ነው::

75 ዓመት ("ክሮኖስ") ለመኖር ዛሬ ብትወለድና ይህንን ምርጫ የማድረግ ብቃቱ ቢኖርህ፣ የ75 ዓመት ዘመንህን ("ክሮኖስህን") በምን አይነት ታሳልፈዋለህ? በ20፣ በ30፣ በ40 ወይም በ50 ዓመትህ ምን መሆንና ማድረግ ትፈልጋለህ? ይህ እቅድ የጊዜ ቀጠሮን ("ካይሮስን") እንድታስቀምጥ ግድ ይልሃል:: እነዚህን በጊዜ ቀጠሮ የተወሰኑ እቅዶች ("ካይሮሶች") በሚገባ ከተከተልካቸው፣ አጠቃላይ ዘመንህ ("ክሮኖስህ") በተዋጣለት መልኩ ሳይባክን ያልፋል::

ይህ አመለካከት ነው ሰውን እንደ እንስሳ ዝም ብሎ እየበላ እየጠጣ፣ እየተባዛ፣ እየተኛና እየተነሳ በደመ-ነፍስ ከመኖር የሚጠብቀው፡፡ ይኸው አመለካከት ነው የሰለጠኑ ሰዎች ባልሰለጠኑ ሕብረተሰቦች አካባቢ ሲሄዱ ግር እንዲላቸው የሚያደርገው፡፡ ሰው በዚህ ምድር ላይ ለዘላለም የሚኖር ይመስል ለማከናወን የፈለገውን ተግባር ለመፈጸም በፈለገው ጊዜና ሰዓት ሲተገብረው፣ ሲያሻው ደግሞ ሲተወው ያስገርማል፡፡ አንዳንዱ ሰው ካለማወቅ፣ ሌላው ደግሞ ያወቀውን ለመተግበር ካለመፈለግ!

አንድ ሰው ያለውን "ክሮኖስ" ወይም የጊዜ መጠን በተለያዩ "ካይሮሶች" ወይም የቀን ቀጠሮዎች በማደራጀት ስኬታማና ምርታማ ሕይወት ውስጥ ለመግባት ከፈለገ ጊዜን እንደ አንድ ተጨባጭ ነገር መመልከት መጀመር አለበት፡፡ የሚቀጥለው ምእራፍ የጊዜን ተጨባጭነት ጥርት ባለ መልኩ ያሳየናል፡፡

- 3 -

የጊዜ ተጨባጭነት

ጊዜያችንን በቁጥጥር ስር የማድረግ ጎዳና የሚጀምረው በጊዜ ላይ ያለንን አመለካከት በመለወጥ ነው፡፡ ብዙ ሰዎች ጊዜን እንደተጨባጭ ነገር አያዩትም፡፡ በምትኩ ጊዜን የሚያዩት እንደ አንድ ሊጨበጥና በቁጥጥር ስር ሊውል እንደማይችል “ሃሳብ” ነው፡፡ ለምሳሌ፣ ወደ አንድ አገር ጉዞ ለመጀመር ስንዘጋጅና ልብሶቻችንን በሻንጣ ውስጥ ለማደራጀት ስናስብ በቅድሚያ የምናስበው የምንሄድበት ቦታ ምን ያህል እንደምንቆይና ምን ያህል ልብስ እንደሚያስፈልገን ነው፡፡ ይህንን ካሰብንና ከወሰንን በኃላ የምንይዘውን የሻንጣ ትልቅነት እንወስናለን፡፡

ይህ ሻንጣ ውስን ቦታ እንዳለውና የተወሰኑ ልብሶችን ብቻ ሊይዝልን እንደሚችል እናውቃለን፡፡ የምንወስደውንም ልብስ ብዛት የምንወስነው ከዚህ ግንዛቤ አንጻር ነው፡፡ ልብስ ሲበዛ ሻንጣው ይሞላል፡፡ ሌሎችን ልብሶች ለመጨመር ካሰብን ያለን ምርጫ ሁለት ነው፤ አንደኛው ከጨመርናቸው ልብሶች መካከል መቀነስ ሲሆን ሁለተኛው ምርጫ ደግሞ ሻንጣውን መቀየርና ተለቅ ያለ ሻንጣ ማዘጋጀት ነው፡፡ ጊዜያችንም ከዚህ ተለይቶ ሊታይ አይገባውም፡፡

አንድ አሰልጣኝ ለስልጠና በአንድ ክፍል ውስጥ ለሞሉ ሰዎች እንዲህ አላቸው፣ “እስካሁን ለማድረግ ጊዜ ያላገኛችሁላቸውንና ጊዜ ቢኖራችሁ ማድረግ የምትፈልጉአቸውን ሶስት በጣም አስፈላጊ ነገሮች ጻፉ”፡፡ የተጠየቁትን እንዲያደርጉ ሶስት ደቂቃ ከሰጣቸው በኋላ በመቀጠል፣ “አሁን ደግሞ ለእነዚህ ማድረግ ለምትፈልጓቸው

ሶስት ነገሮች ጊዜ እንድታገኙ አሁን በማድረግ ላይ ካላችሁት ነገሮች መካከል የምትቀንሷቸውን ሶስት ነገሮች ጻፉ" አላቸው፡፡

ይህኛው ጥያቄ ለብዙዎቹ ከባድ ነበር፡፡ አሰልጣኙ ሊያስተላልፈው የፈለገው መልእክት፣ ጊዜ እንደማንኛውም ቁሳቁስ ተጨባጭ የመሆኑን እውነታ ነው፡፡ አንድ ጢም ብሎ የሞላ ሻንጣ ውስጥ ሌላ ልብስ ለመጨመር፣ ከነበረው ውስጥ መቀነስ የግድ እንደሆነ ሁሉ፣ አንድ ተግባር ለመጀመር ሌላ ተግባር በመቀነስ ጊዜን ማመቻቸት የግድ ነው፡፡ ያገኘነውንና የፈለግነውን ልብስ ሁሉ በአንድ ሻንጣ ውስጥ እንደማንጨምረው፣ ያገኘነውንና የፈለግነውን ተግባር ባለችን ውስን ጊዜ ውስጥ መጨመር አንችልም፡፡

ይህንን አመለካከት ለማዳበር የጊዜን ተመን የማውጣት ብቃታችንን ማዳበር አለብን፡፡ በቀን ውስጥ ስንት ሰዓት አለኝ? በዚህ ባለኝ ጊዜ ውስጥ ማከናወን ያለብኝ ነገሮች ምን ምን ናቸው? እነዚህን ነገሮች ለማከናወን ጊዜው ይበቃኛል? ካልበቃኝ ምን ማድረግ አለብኝ? ለምሳሌ፣ ጠዋት ከቤቴ ወጥቼ ስራ ቦታ በሰዓቱ ለመድረስ ስንት ደቂቃ ይፈጅብኛል? ለሚለው ጥያቄ የምመልሰውን መልስ የሚወስኑ ብዙ ሁኔታዎች አሉ፡፡

ከመኝታዬ ከተነሳሁ በኋላ ታጥቦ፣ ለብሶ፣ ተመግቦና ለምሳ ስንቅ ሰንቆ ለመዘጋጀት ምን ያህል ጊዜ ይፈጅብኛል? የምጠቀመው መጓጓዣ ምንድን ነው? የምሄደው በእግሬ ነው? በግሌ መኪና ነው? በመስሪያ ቤት ሰርቪስ ነው? በታክሲ ነው? ወይስ በአውቶቡስ?

የጊዜ በጀት ሲወጣ በጉዞአችን መካከል ለሚከሰቱት ገጠመኞች መዘጋጀት አስፈላጊ ነው፡፡ ከእነዚህ ሁኔታዎች የሚከተሉት ዋና ዋናዎቹ ናቸው፡፡

የመጓጓዣ ጊዜ

ከአንድ ቦታ ተነስቼ ያሰብኩበት ቦታ ለመድረስ ምን ያህል ጊዜ ይፈጃል? የሚለው ጥያቄ መመለስ አለበት፡፡ ለመሄድ እንደተነሳሁ አልደርስም፡፡ አንዳንድ ሰዎች ግን በዚህ መልኩ የማሰብ ዝንባሌ ስላላቸው በቀጠሮአቸው ሰዓት ነው ከቤት የሚወጡት፡፡ በሌላ አባባል የቀጠሮ መድረሻውን ጊዜና ወደ ቀጠሮው ለመሄድ ከቤት የመነሻውን ጊዜ ያምታቱታል፡፡

የመዘጋጃ ጊዜ

ለምሳሌ፣ ለመሄድ የተነሳሁበት ስፍራ ስደርስ በዚያ ለሚገኙ ሰዎች መዘጋጀት የሚገባው ነገር ካለና የዚያ ሃላፊነት ያለው በእኔ ላይ ከሆነ እንደሌላው ተሳታፊ በሰዓቱ መድረስ አልችልም:: የግድ ቀደም ብዬ መድረስና ለስብሰባውም ሆነ ለሚሰራው ስራ ቅድመ-ዝግጅት ማድረግ ይኖርብኛል:: ስለዚህ ይህም ሰዓት በእቅዴ ላይ መካተት አለበት::

ድንገተኛ ጊዜ

አንድን ነገር በመተግበር ላይ እያለሁ፣ ትኩረቴን የሚያቋርጡ ሁኔታዎች መከሰታቸው አይቀርም:: በሌላ መልኩ፣ ከአንድ ስፍራ ወደ ሌላ ስፍራ በቀጠሮዬ ሰዓት ለመድረስ በጉዞ ላይ ካለሁም በመንገድ ላይ የሚከሰቱ ገጠመኞች አይጠፉም:: ለእነዚህ ሁኔታዎች የመጠባበቂያ የሰዓት በጀት ሊያዝላቸው ይገባል::

የመረጋጊያ ጊዜ

በአንድ ስብሰባ ላይ በአራት ሰዓት መገኘት ካለብኝና ልክ በአራት ሰዓት ስብሰባው ሲጀመር መድረሱ ምንም ችግር የለበትም:: ሆኖም የመጨረሻዋን ደቂቃ ተጋፍቼና ተሯሩጬ ወደ ስብሰባው በመግባት ትንፋሽን ለመሰብሰብ መሞከር በስኬታማ የጊዜ አጠቃቀም የበለጸጉ ሰዎች ልምምድ አይደለም:: ትንሽ ቀደም ብሎ መገኘትና በረጋ መንፈስ ወደ ዋናው ጉዳይ መግባት ውጤቱ መልካም ነው::

እነዚህ ከላይ የተጠቀሱት ሁኔታዎች ለመንደርደሪያ ያህል የተገለጹ ሲሆን፣ እያንዳንዱ ሰው በግሉ ሊያዳብራቸው የሚገቡ እውነታዎች ናቸው:: ዋናው መልእክት ጊዜ ተጨባጭና የተወሰኑ ነገሮችን ብቻ እንድናከናውን የሚፈቅድልን ገደብ ያለው ሁኔታ ስለሆነ ባለን ውስን ጊዜ ውስጥ ምን አይነት ነገሮችን ለመጨመር እንደምንችል በጥንቃቄ እናጢን የሚል ነው::

የጊዜን ምንነት በሚገባ ተገንዝበን በዚያ መልኩ ማስተናገድ ካልቻልን ጊዜያችንን በአግባቡ መጠቀም ያስቸግረናል:: ጊዜን በአግባቡ ማዋቀር ታላቅ ጥቅም ሲኖረው፣ የጊዜን አያያዝ አለማወቅ ደግሞ ጉዳቱ ብዙ ነው:: በሚቀጥለው ክፍላችን በእነዚህ ነጥቦች ላይ ሰፊ ትንተናን እናገኛለን::

- ክፍል ሁለት -

ጊዜን በአግባቡ የመጠቀም ወሳኝነት

"ሕይወቴ ያልፋል ብለህ አትፍራ፤ ይልቁንስ ሕይወትን ሳልጀምራት ላልፍ ነው ብለህ ፍራ" - John Henry

ዶ/ር ጆን ማክስዌል "ፓራብልስ" ከተሰኘው ጽሑፍ ያገኙትን አንድ ጠቃሚና አስተማሪ ታሪክ (Developing The Leader Within You) በተሰኘው መጽሐፋቸው ላይ አስፍረዋል፡፡ ታሪኩ እንዲህ ነው፡፡ በፈረንጆቹ አቆጣጠር በ1940ዎቹ ዓመተ ምህረት በአለም ላይ እጅግ ዝነኛ የነበረ የሰዓት አይነት "ስዊስ" ሰዓት ነበር፡፡ በዚያን ጊዜ በአለም ላይ የሚሸጠው 80 በመቶው ሰዓት ስዊዘርላንድ ውስጥ የሚመረት ይህ "ስዊስ" የተሰኘ የሰዓት አይነት ነበር፡፡ በ1950ዎቹ ዓ.ም መጨረሻዎች ላይ ዲጂታል የሆነ ሰዓትን የመፈልሰፍ ሃሳብ ለስዊስ ሰዓት መሪዎች እንደቀረበላቸው ይነገራል (Maxwell, 1993, P. 58)፡፡

"በአለም ላይ አለ የተባለ የሰዓት አምራች" እኛ ነን በሚል ሃሳብ የተሞሉት እነዚህ የስዊስ ሰዓት አምራች መሪዎች ሃሳቡን ከማስተናግ እጅግ ዘገዩ፡፡ እነሱ በጊዜው ምላሽ ባለመስጠታቸው ምክንያት የዲጂታል ሰዓት ፈልሳፊ ሰው ይህንን ሃሳብ ችላ ሲሉበት ዘወር በማለት ለሴይኮ ሰዓት አምራቾች ሃሳቡን አቀረበላቸው፡፡ የሴይኮ ሰዓት አምራቾች ሃሳቡን ለማስተናገድ ጊዜም አላባከኑም፡፡ በ1940 ዓ/ም የስዊስ ሰዓት አምራች ድርጅት 80 ሺህ ሰራተኞች ነበሩት፡፡ በዚያው ዓመት ውስጥ በአለም ላይ የሚሸጠው ሰማንያ በመቶው ሰዓት የሚመረተው በስዊስ ካምፓኒ ነበር፡፡ ዛሬ ከ80 በመቶው በላይ ሰዓት ዲጂታል ነው፡፡ የስዊስ ካምፓኒ ችላ ያለውን ቴክኖሎጂ የሴይኮ ካምፓኒ ፈጥኖና ጊዜውን ሳያባክን በመቀበሉ ምክንያት የአለምን ገበያ ተቆጣጠረ፡፡

ከላይ ከተጠቀሰው ታሪክ እንደምንማረው፣ አንድን ነገር በተገቢው ጊዜ ካላደረግነው እድሉ ከእጃችን ሊያመልጥ እንደሚችል ነው፡፡ የስዊስ ሰዓት ሃላፊዎች የመጣላቸውን እድል ከማየት ባይዘገዩና በጊዜው መልስን ሰጥተው ቢራመዱ ኖሮ ገበያውን ለሴይኮ አም ራቾች ባልሰጡትም ነበር፡፡ በተቃራኒው ደግሞ የመጣውን እድል ለማየትና ለመያዝ በጊዜ እርምጃ የወሰዱት የሴይኮ ባለቤቶች የአለምን ገበያ ከስዊስ ሰዓት ለመቀማት በቁ፡፡

ጊዜ በተለያዩ አስገራሚ እድሎች የተሞላና ለሁሉም ሰው በእኩል ሁኔታ የተሰጠ ስጦታ ነው፡፡ ጊዜ ሊለያይ በማይችልበት መልኩ ከእድል ጋር የተቆራኘ ጉዳይ ነው፡፡ ከዚህ ከላይ ከተጠቀሰው ታሪክ የምንማረውም ይህንኑ እውነት ነው፡፡ ወቅቱንና ጊዜው ያገናዘበ ተግባር በውጤታማነታችን ላይ ያለው ተጽእኖ እጅግ ወሳኝ የመሆኑን ጉዳይ ነው፡፡ የባህል፣ የአመለካከትና የቴክኖሎጂ ለውጦች ከጊዜ ጋር አብረው የሚመጡ ክስተቶች ናቸው፡፡

እነዚህ ክስተቶች ይዘው የሚመጡትን እድሎች በሚገባ ካላስተዋልናቸውና እንደ አመጣጣቸው ለማስተናገድ የሚያስችል ብቃትና ንቃት ከሌለን ጊዜዎቻችንና በውስጣቸው የያዙት እድሎች አብረው ያልፋሉ፡፡ ለዚህ ነው የጊዜ አጠቃቀምን ጥበብ ማዳበር ወሳኝ ነው ብለን የምናምነው፡፡

በዚህ በሁለተኛው ክፍላችን ውስጥ በተካተቱት ሶስት ምእራፎች ውስጥ ጊዜን በጥበብ የመያዝ ጥቅምና የአያያዝ ጉድለት የሚያስከትለውን መዘዝ እናጠናለን፡፡

- 4 -

ጊዜን በጥበብ የመጠቀም ጥቅሞች

በየቀኑ 1,440 ብር ባንክህ ውስጥ ቢጨመርልህና በዚያው ቀን ካልተጠቀምክበት ወደሚቀጥለው ቀን የማይዘዋወር ቢሆን ምን ታደርጋለህ? “ሕይወት” የተሰኘ “ባንክ” አለህ:: በዚህ ባንክ ውስጥ በየቀኑ 1,440 ደቂቃዎች ይጨመርልሃል:: እነዚህን ደቂቃዎች በዚያው ቀን ካልተጠቀምክባቸው ለነገ አይዘዋወሩልህም:: በዚህ የሕይወት ባንክ ውስጥ የተንቀሳቃሽ ሂሳብ እንጂ የማጠራቀሚያ ሂሳብ መክፈት አይቻልም:: በዚህ “የሕይወት ባንክ” ብለን በሰየምነው ባንክና በገንዘብ ማጠራቀሚያ ባንክ መካከል ዋና የሆነ ልዩነት አለ:: በገንዘብ ማስቀመጫ ባንክ ውስጥ ገንዘብ ማጠራቀም፣ እንዲያውም እንዲወልድልህ ማድረግ የሚቻል ሲሆን፣ በሕይወት ባንክ ውስጥ ግን የተንቀሳቃሽ ሂሳብ ብቻ ነው ያለው::

ከዚያም በተጨማሪ በሕይወት ባንክ ውስጥ የተሰጠህን ጊዜ ዛሬውኑ ካልተጠቀምክበት ነገ በፍጹም አታገኘውም:: ዛሬ ያልተጠቀምክበት ጊዜ ከአጠቃላይ የሕይወት ዘመንህ ላይ ይቀነስና ሕይወት ከሚያልቀው ዘመንህ ላይ ሌላ ጊዜን ይዛ ትጠብቅሃለች::በጊዜ የማይገደብ ፍጥረት የለም።

ጊዜ ደግና ጨዋ ነው፣ ለሁሉም እኩል እድልን ይሰጣል:: ጊዜ ጨካኝም ነው፣ ላልተጠቀሙበት ሰዎች ምህረትንና ሁለተኛ እድልን አይሰጥም። ይህንን የጊዜ ባህሪይ ሲያስብ የራሱን ሕይወት ማየት የማይጀምር ሰው ካለ ያስገርማል:: ለዚህ ነው ጊዜያችንን በሚገባ የመጠቀምን ጥበብ ማዳበር ያለብን::

ጊዜያቸውን በአግባቡና በጥበብ የሚጠቀሙ ሰዎች ከሌሎቹ በጊዜ ላይ ግድ የለሽ አመለካከት ካላቸው ሰዎች የሚለዩባቸው ብዙ ጉልህ የሕይወት ጥራቶች አሉ:: ጊዜአቸውን በአግባቡ የማይጠቀሙ ሰዎች የጊዜ ባሪያዎች እንደሆኑ ይኖራሉ:: ይህ ማለት ጊዜ ያመጣውን በመቀበል ወዲህና ወዲያ ሲንገላቱ፤ ይህንና ያንን ለመፈጸም ሲሯሯጡ ይታያሉ:: በእለቱ ምን ማድረግ እንዳለባቸው ፕሮግራሙን የሚያወጣላቸው ጊዜ ያመጣው ገጠመኝ እንጂ የራሳቸው እቅድ አይደለም:: በአንጻሩ ጊዜያቸውን በሚገባ መጠቀም የበሰሉ ሰዎች ጊዜን እንደ አገልጋይ ይጠቀሙበታል:: ጊዜ አይደለም ለእነሱ ፕሮግራሙን የሚያወጣላቸው፤ በተቃራኒው ጊዜያቸውን በማቀናጀት ያዙታል::

ጊዜን ውጤታማ በሆነ መልኩ መጠቀም ከሚሰጠን ጠቀሜታዎች መካከል የሚከተሉት ዋና ዋናዎቹ ናቸው::

የውጥረትና የጭንቀት መቀነስ

ጊዜህን በሚገባ የመጠቀምን ጥበብ ስታዳብር ከስራ ብዛትና መጨናነቅ የሚመጣን ውጥረት የመቀነስ እድልህን ትጨምረዋለህ:: ተግባሮችህ በቅደም ተከተል ሲቀመጡና መልክ ይዘው "ሲፈስሱ" መረጋጋትንና ሁኔታዎችን በቁጥጥር ስር ከማድረግ የሚመጣን ዘና የማለት ስሜትን ይጨምርልሃል:: በተቃራኒው፤ ሁሉ ነገር ተጠራቅሞ ቆይቶና የጊዜው ገደብ ደርሶ በአንድ ጊዜ ለማከናወን ስትሞክር በስሜትህ ላይ የሚኖረው ተጽእኖ ቀላል አይደለም:: ውጤቱም፤ ውጥረትና መጨነቅ ነው:: ጊዜያቸውን በሚገባ በመጠቀም የበሰሉ ሰዎች ከሌሎች ጊዜያቸውን በዘፈቀደ ከሚጠቀሙና በሁኔታዎች እንዲሁ ከሚነዱ ሰዎች የሚለዩበት ዋነኛ መለዮ ከስሜት ቀውስ ነጻ የመሆን ሁኔታ ነው::

የአእምሮ ሰላምና የመከናወን ስሜት

ጥበብ የሞላው የጊዜ አጠቃቀም የአእምሮ ሰላምን የመስጠት ጠቀሜታ አለው:: ከዚያም ባሻገር የመከናወን ስሜትን ይጨምርልሃል:: በጥንቃቄ እቅድ አውጥተህ የምትተገብራቸው ክንዋኔዎችህ በመጨረሻው ላይ ትርፍ ጊዜን ስለሚሰጡህ አረፍ ለማለትና ከተግባርህ ገለል ብለህ ደስ የሚልህን ነገር የማድረግን እድል ይሰጥሃል:: ይህ ትርፍ ሰዓት ለአእምሮህ የሚሰጠው ነጻነት የፈጠራ ብቃትህን በብዙ እጥፍ እንዲጨምር

መንገድን ያመቻችልሃል፡፡ በውጤቱም ጤናማ የሆነን በራስ የመተማመን ስሜት ወደማዳበር ትዘልቃለህ፡፡ ከተቀናጀና መልክ ከያዘ ሕይወት የሚመጣ ውጤታማነት የነገውን ተግባርህን በድፍረትና “ማከናወን እችላለሁ” በሚል ስሜት እንድትጋፈጠው ያነሳሳሃል፡፡

የጉልበት መጨመር

በየቀኑ ያለህ የሕይወትህ ጥራት እንዲጨምር ከፈለግህ ጊዜህን በሚገባ መጠቀም ቀላሉ መንገድ ነው፡፡ ይህ የሕይወት ጥራት የሚመጣው ጊዜህን በሚገባ ከማዋልህ የተነሳ ከሚኖርህ የውስጥ መነሳሳትና ካገኘኸው በቂ ትርፍ ጊዜ ከምታገኘው የማረፍ ስሜት ነው፡፡ ነገሮችን በማስተላለፍና ችላ በማለት የተደራረቡ ስራዎች ለመጨረስ ከሚኖር ሩጫ ነጻ ትወጣና ትኩረት ያለው ሕይወት ወደሚሰጥህ የጉልበት ብርታት ትሸጋገራለህ፡፡ ትኩረት ኃይል ነው! ትኩረቱን የተነጠቀ ሰው ጉልበቱንም ከዚያው ጋር አብሮ ይነጠቃል፡፡ በቅጡ የተደራጀና በጊዜው የሚጠናቀቅ ተግባር የትኩረትን መጠን፣ ከዚያም ለስራም ሆነ ከስራ በኃላ ለሚኖረን የእረፍት ጊዜ ይህ ነው የማይባል ጉልበትን ይሰጠናል፡፡

የገንዘብ መደላደልና ነጻነት

ጊዜህ በአግባቡ ጥቅም ላይ ሲውል በገንዘብ አያያዝህ ላይ እና በገቢህ ላይ ታላቅ ተጽእኖ አለው፡፡ በአንድ ጎኑ ጊዜህን በቅጡ ስለተጠቀምክበት ሌሎችን ተጨማሪ ነገሮችን የማከናወን እድል ስታገኝ፣ በሌላ ጎኑ ደግሞ በተደራጀ ሁኔታ ጊዜውን የሚጠቀመው ማንነትህ ተግባርህን በጥራት እንድትሰራ በርን ስሚከፍትልህ ተግባርህንና ራስህን በማሻሻል በገቢህ ላይ ለውጥ የማምጣትን እድል ይሰጥሃል፡፡ በተጨማሪም፣ የተለያዩና አዳዲስ የገቢ ምንጭ መንገዶችን የመለየትን እይታ ታገኛለህ፡፡ ቀደም ሲል እንደተጠቀሰው ይህ የፈጠራ እይታ የሚመነጨው ነገሮችን በተደራጀ ሁኔታ በማከናወን ውስጥ ካለ የመረጋጋት ስሜት ነው፡፡

ጥራት ያለውና ጠንካራ የቤተሰብ ትስስር

ጊዜን በአግባቡ መጠቀም ከሚሰጠን ታላቅና ጠቃሚ ውጤቶች መካከል ለቤተሰብ

ጥራት ያለውን ጊዜ ማግኘት ይገኝበታል። በሚገባ ያልተደራጀ የጊዜ አጠቃቀም ሲኖርህ ተግባሮችህን በጊዜው ስለማትጨርሳቸው ከቤተሰብ ጋር ሊኖርህ የሚገባውን ሰዓት የመንካት ባህሪይ ይኖረዋል።

ከስራ ሰዓት በኋላ ወደቤት ከመሄድና ከቤተሰብህ ጋር ከማሳለፍ ይልቅ በስራ ቦታ በመቆየት የተደራረበን ስራ ለመፈጸም ማዋል ከደካማ የጊዜ አጠቃቀም ሊመነጭ ይችላል። አንዳንድ ሰዎች የጊዜ አጠቃቀም ዘዴያቸው እጅግ ደካማ ከመሆኑ የተነሳ የስራ ቀናት ስለማይበቃቸው ከስራ ውጪ የሆኑ ቀናትን እንኳ ጨምረው አሁንም ሲጨናነቁ ይታያሉ። ሁኔታውም የቤተሰብን ጊዜ የመጉዳት አሉታዊ ተጽእኖ አለው።

የተሻለ ጤንነት

ጊዜህን በሚገባ ስትጠቀም ስራህን በሚገባ ካጠናቀቅህ በኋላ በቂ ጊዜ ስለሚኖርህ ጤንነትህን እንዴት በሚገባ እንደምትጠብቅ የማሰብ ጊዜ ታገኛለህ። ለምሳሌ፣ ጊዜህን በሚገባ በመጠቀምህ ምክንያት ያገኘኸውን ትርፍ ጊዜ የአካል ብቃት እንቅስቃሴዎችን ለማድረግና ጤንነትህን ለመጠበቅ ልትጠቀምበት ትችላለህ። ስፖርት በአካልህ ላይ ብቻ ሳይሆን በስሜትህም ላይ ታላቅ የሆነ የጤንነት ምንጭ ነው። ይህ እንዲሆን ጥበብ-የለሽና የተዘበራረቀ የጊዜ አጠቃቀም ለስፖርት ባለን ፍላጎት ላይ ያለውን ተጽእኖ መገንዘብ አስፈላጊ ነው።

ውስጥህ ሲጨናነቅ ስፖርትን ለመስራት የጊዜና የስሜት ብቃት አይኖርህም። ይህንን ስሜት አሸንፈህ ስፖርትን ስታዘወትር ደግሞ የበለጠ ለመስራት ስሜታዊና አካላዊ ጤንነትን ይሰጥሃል። ጥናቶች እንደሚነግሩን ከሆነ፣ ጊዜን በአግባቡ በመጠቀም ያረፈና የተረጋጋ ሕይወትን የሚመሩ ሰዎች ጤንነታቸው ላይ እንኳ ሳይቀር ውጤቱን ያገኙታል።

ለምሳሌ፣ አንድ አንድ ጥናቶች እንደሚጠቁሙን ጊዜያቸውን በሚገባ በማቀድና በመጠቀም በየጊዜው የአመት ፈቃዳቸውን በመውሰድ እረፍትን የማያደርጉ ሰዎች ለልብ በሽታ የመጋለጣቸው ሁኔታ የላቀ ከመሆኑም ባሻገር እስከሞት የመድረስ ችግር ውስጥ ራሳቸውን እንደሚጨምሩ እንገነዘባለን (ምንጭ፡-

http://www.nytimes.com/2008/06/07/business/yourmoney/07shortcuts.html
)፡፡

በዚህ ምእራፋችን ለመመልከት እንደሞከርነው ጊዜን በጥበብ መጠቀም ታላቅ የሆነ ጠቀሜታ አለው፡፡ ሆኖም፣ በተቃራኒው ጊዜን በአግባቡ በማንጠቀምበት ጊዜ የዛንው ያልህ ጉዳትን ያስከትላል፡፡ በሚቀጥለው ምእራፋችን የተዛባ የጊዜ አጠቃቀም የሚያስከትላቸውን ጠንቆች በመጠኑ እንመለከታለን፡፡

- 5 -

ጊዜን በጥበብ ያለመጠቀም ጉዳቶች

ደጋግመን እንደተመለከትነው የአንድ ሰው የሕይወት ጥራት ከሚለካባቸው ሁኔታዎች መካከል ጊዜን በሚገባ የመጠቀሙ ጉዳይ ቀንደኛው ነው፡፡ ጊዜውን በሚገባ የሚጠቀም ሰው አስገራሚና ስኬታማ ሕይወትን የተቀዳጀ ሰው ነው፡፡ ጊዜን በአግባቡና ስኬታማ በሆነ መልኩ መጠቀም ብዙ ጥቅሞች አሉት፡፡ በአንጻሩ ደግሞ ጊዜውን በሚገባ የማይጠቀም ሰው ለብዙ ጉዳቶች የተጋለጠ ነው፡፡ ጊዜውን በአግባቡ የማይጠቀም ሰው "ተራ"፣ የተለመደና አማካኝ ሕይወትን ለመኖር ራሱን አሳልፎ የሰጠ ሰው ነው፡፡ ይህ "ተራ" ሕይወት የሚከተሉትን መለወጥ ያለባቸውን ሁኔታዎች ያካትታል፡፡

የባከነ ሕይወት

ጊዜን በአግባቡ የመጠቀም ጥበብ ሊሰጠን ከሚችለው ጥቅም መካከል ከባከነ ሕይወት መጠበቅ አንደኛው ነው፡፡ ጊዜውን በአግባቡ የማይጠቀም ሰው የባከነ ሰው ነው፡፡ እንዲህ አይነቱ ሰው የትኛውን ተግባሩን መቼ ማከናወን እንዳለበትና ያም ተግባር ምን ያህል ጊዜውን እንደሚወስድበት በቅጡ ስለማያውቅ እንደባከነ ይኖራል፡፡ የአንዳንድ ሰዎች ሕይወት እንዲሁ ነው የሚባክነው፡፡ ጊዜያቸውን በቁጥጥር ስር ስላላዋሉት ጊዜን የእነሱ ባሪያ ማድረግ ሲገባቸው፣ ጊዜ እነሱን ባሪያ አድርጎ ከዚህና ከዚያ ያንገላታቸዋል፡፡ ጊዜን በከንቱ ማባከን ማለት ሕይወትን በከንቱ ማባከን ማለት ነው፡፡ ሌላ ምንም ትርጉም የለውም፤ ሕይወት ማለት ጊዜ ማለት ነውና፡፡

የተበታተነ ሕይወት

የተበታተነ ሕይወት ያለው ሰው ማን ነው? የተበታተነ ሕይወት ያለው ሰው ማለት ዋነኛ ተግባሩ ላይ ከማተኮር ይልቅ በእለቱ በፊቱ ቀርቦ ባገኘው ነገር የሚወሰድ ሰው ማለት ነው:: እንዲህ አይነቱ ሰው በወቅቱ ለጨበጠው አላማ የሚጠቅመውን ለይቶ በዚያ ላይ ከማተኮር ይልቅ በሆነ ባልሆነ ጊዜውን የሚገድል ሰው ነው::

በሃሳቡ የሚጉላሉትን ብዙ እቅዶች ያልሰበሰበና የትኛውን መቼ ማድረግ እንዳለበት ፈጽሞ የማያውቅ ሰው ነው:: በአንጻሩ ጊዜውን በአግባቡ የሚጠቀም ሰው እጅግ ያተኮረ ሰው ነው:: ይህ ትኩረት የሞላበት ሕይወት አስገራሚ ጉልበትን ይሰጠዋል:: በጊዜው መተግበር ያለበትን ተግባር፣ ካለው ጊዜ ጋር በማጣጣም በዚያ ላይ በማተኮር ከስኬት ወደ ስኬት ይሸጋገራል::

የድካም ሕይወት

ብዙ በመልፋትና በጥበብ በመስራት መካከል ሰፊ ልዩነት አለ:: ጊዜውን በአግባቡ የመጠቀምን ባህል ያላዳበረ ሰው ብዙ የሚለፋ ሰው ነው:: ብዙ ይንቀሳቀሳል እንጂ ብዙ ውጤትን አያስመዘግብም::

የዚህ አይነቱ ሕይወት አደገኛነት ያለው ብዙ ስለለፋና ብዙ ላብ ስለፈሰሰው አንድን ነገር ያከናወነ ስለሚመስለው ነው:: በተቃራኒው ስኬታማ ሰው ብዙ መስራትን በጥበብ ከመስራት ጋር ያጣጣመ ሰው ነው:: ብዙ መስራትና መትጋት አስፈላጊ ነገር እንደሆነ ያውቃል፣ ሆኖም ብዙ መልፋት ብቻውን ምንም ውጤት እንደማያመጣና ትርፉ ድካም እንደሆነም በሚገባ ተገንዝቧል:: ይህ ሰው የሚተገብረውን ሁሉ በጥበብና ጊዜውን በብልሃት በመጠቀም ስለሆነ ከድካም የዳነ ሰው ነው::

የማይረካ ሕይወት

ጊዜውን በቁጥጥሩ ስር ያላዋለ ሰው በቀኑ መጨረሻ እቤቱ ሲገባ ምንም እንዳላከናወነ የሚሰማው ሰው ነው:: ሰርቷል፣ ነገር ግን አላከናወነም፣ ሮጧል ነገር ግን አልደረሰም፣ ብዙ አስቧል ውሳኔ ላይ ግን አልደረሰም:: ስለዚህም፣ ሲሮጥ የዋለበትን ቀን መለስ ብሎ ሲያስበው የባዶነት ስሜት እንጂ የመርካት ስሜት አይሰማውም:: በተቃራኒው፣ ሰዓቱን

በአግባቡ የሚጠቀም ሰው በቀኑ መጨረሻ ታላቅ የእርካታ ስሜት ይኖረዋል፡፡ ይህ የእርካታ ስሜት በዚያው ምሽት የሚያበቃ ስሜት አይደለም፡፡ ነገ ለሚኖረው ስራ የበዛበት ቀን መነሳሳትንና ቀኑንም በታደሰ ጉልበት የመጋፈጥ ስሜት ይሰጠዋል፡፡ በአጭሩ፣ ጊዜን በአግባቡ መጠቀም የሚሰጠው የውስጥ እርካታ ይህ ነው አይባልም፡፡

ተፈላጊነት የሌለው ሕይወት

ጊዜን በአግባቡ የመጠቀም ጥበብ አንድ ሰው ሊያዳብረው የሚገባ መሰረታዊ ብቃት ነው፡፡ ከዚህ መሰረታዊ ብቃት ውጪ ማንም ሰው ምንም አይነት ደረጃ መድረስ አይችልም፡፡ ለዚህ ነው ይህ ብቃት የሌለው ሰው ተፈላጊነት የለውም የምንለው፡፡

በሰዓቱ የማይገኝን ሰው ማን ይፈልገዋል? አንድን ተግባር በተፈለገበት ሰዓት የማያደርስን ሰው ማን ያስጠጋዋል? በዚህ ዘመን ተፈላጊው ሰው እንደ ቃሉ የሚገኝና የጀመረውን ነገር እፈጽማለሁ ባለው ሰዓት የሚፈጽም ሰው ነው፡፡ እንዲህ አይነቱ ሰው ቁም ነገረኛ ሰው ነው፡፡ በትምህርቱ፣ በስራውና በማህበራዊ ኑሮው ከስኬት ወደ ስኬት የሚሸጋገር ሰው ነው፡፡ የስኬቱ ምንጭ የሰዎችን ልቦና በማሳረፉና ተፈላጊነቱ እየላቀ በመሄዱ ላይ ነው፡፡

ያልተረጋጋ ሕይወት

በጊዜ አጠቃቀም ያልበሰለ ሰው ያልተረጋጋ ሰው ነው፡፡ አንዳንድ ሰዎች ፕሮግራም ማውጣት፣ እንዲሁም ተግባርን በሰአት ወስኖና አዋቅሮ ለመኖር መሞከር አድካሚ ነው ብለው ያስባሉ፡፡ ይህ ሃሳብ የስኬት-ቢሶች ሃሳብ ነው፡፡ እንደ እውነቱ ከሆነ እንደውም አድካሚው ካለምንም እቅድና የሰአት ገደብ ተግባርን ለማከናወን መሞከር ነው፡፡ ውጥንንና እቅድን በሃሳብ ይዞ፣ ቀድሞ የመጣውን ነገር እያስተናገዱ መኖር ያልተረጋጋ ሕይወት ውስ ጥ ይጨምራል፡፡

የጊዜ አያያዝ ብልሃቱ የገባው ሰው ፕሮግራም ለማውጣት ለፍቶ በኑሮውና በስራ መስኩ ግን መረጋጋትን የመረጠ ሰው ነው፡፡ ጠዋት ተነስቶ የተወሰነ ጊዜ ወስዶ ፕሮግራም ማውጣት ሊያጨናንቅ ይችላል፡፡ ሆኖም ቀኑን ሙሉ ካለእቅድ በመኖር ከመጨናነቅ የተሻለ አይነት የመጨናነቅ አይነት ነው፡፡

በግዳጅ ውስጥ የሚኖር ሕይወት

ጊዜውን በጥንቃቄ የማይጠቀም ሰው "እምቢ" ለማለት የማይችል ሰው ነው፡፡ ሰዎች የጠየቁትን ነገር ሁሉ ቢመቸውም ባይመቸውም እሺ በማለት ራሱን ሳይፈልግ ግዳጅ ውስጥ ይጨምራል፡፡ እንዲህ አይነቱ ሰው "እምቢ" ማለት የጥፋተኝነትን ስሜት ስለሚሞላው "እሺ" በማለት መገላገልን ይመርጣል፡፡ ስለዚህም፣ በአላማ ሳይሆን በግዳጅ ነው የሚንቀሳቀሰው፡፡ በጊዜ አጠቃቀም ለመብሰል ልቦናውን የከፈተ ሰው ከአላማው ለሚያወጣው ሰውና ሁኔታ በትህትና "እምቢ" የማለት ብቃት ያዳበረ ሰው ነው፡፡ ጊዜውን በሚገባ በማደራጀት ለምን አይነት ሁኔታና ለምን አይነት ሰው የእሺታ ምላሽ ሊሰጥ እንደሚገባው ያውቃል፡፡ ከመገደድ ስሜት ራሱን ስላወጣ ከስኬት ወደ ስኬት ይዘልቃል፡፡

እቅድ - የለሽ ሕይወት

አንድ ሰው እቅድንና ግብን የማውጣት ልማድ ከሌለው የጊዜና የሰአት አጠቃቀም ጉዳይ እንዳልገባው ግልጽ ነው፡፡ እንዲህ አይነቱ ሰው ሕይወትን የሚኖራት በመላ- ምትና በዘፈቀደ ነው፡፡ ለእርሱ፣ መብላት፣ መጠጣት፣ መውጣት፣ መግባት፣ መተኛትና መነሳት ሕይወት ነው፡፡ እንዲህ አይነቱ አመለካከት ከስኬታማ ሰው አመለካከት እጅጉን የራቀ እንደሆነ ግን ማወቅ አለብን፡፡ እንደ ስኬታማ ሰው ማሰብና መኖር ካለብን እያንዳንዱን ቀን፣ ሳምንት፣ ወርና ዓመት (በአጠቃላይ ሕይወትን) በበቂ ሁኔታ ማቀድ መጀመር አለብን፡፡ እቅድ-የለሽ ሕይወት ስኬተ ቢስ ሕይወትን ይፈጥራል፡፡ ይህ እንዳይሆን፣ የቅርብ፣ የመካከለኛና የሩቅ ግባችንን ማወቅና ጊዜን አጠቃቀም ማወቅ ወሳኝ ነው፡፡

ግምገማ - የለሽ ሕይወት

አንድ ሰው የጊዜን ጥቅም በሚገባ ካልተገነዘበ በግምገማ ውስጥ ያለውንም ጥቅም ሊገነዘብ አይችልም፡፡ ይሄዳል፣ ይተገብራል፣ ይናገራል፣ ይንቀሳቀሳል ሆኖም፣ የተከናወነውን ካልተከናወነው ለይቶ አያውቀውም፡፡ ምክንያቱም በሕይወቱ ምንም አይነት የግምገማ ነጥብ የለውምና ነው፡፡

ስኬታማው ሰው ከዚህ ለየት ይላል፡፡ ከእያንዳንዱ ቀን፣ ሳምንት፣ ወርና አመት በኋላ

መለስ በማለት ራሱንና ስኬታማነቱን ይገመግማል፡፡ እንዲህ አይነቱ ሰው የሚጠይቃቸው ጥያቄዎች ይህን ይመስላሉ፣ "የትናንትና ቀኔን ምን ላይ ነው ያዋልኩት? ማከናወን የነበረብኝን ነገር አከናውኛለሁ? ካላከናወንኩስ መወሰድ ያለበት እርማት ምንድን ነው?" ይህ የሚያስገርም አይነት የሕይወት ዘይቤ ነው፡፡

"መዘዘኛ" ሕይወት

የራሱን ጊዜ በቅጡ የማይጠቀም ሰው ችግር ወደሌላው ሰው መዝለሉ አይቀርም፡፡ በአንድ ድርጅት ውስጥ በአንድ ፕሮጀክት ላይ በቡድን የሚሰሩ ሰዎችን ማሰብ እንችላለን፡፡ በእነዚህ መካከል ያለ አንድ ጊዜውን በሚገባ የማይጠቀም ሰው ሁኔታ የቡድኑን ስኬት ይወስናል፡፡

በብዙ ቀለበቶች የተሰራ ሰንሰለት ጥንካሬ የሚወሰነው በእያንዳንዱ የቀለበት ጥንካሬ ነው፡፡ የአንዲት ቀለበት መበጠስ የሰንሰለቱ መበጠስ እንደሆነ ሁሉ የአንድ ሰው አመለካከት ቡድኑን ይጎትታል፡፡ ሰአቱን በሚገባ የማይጠቀምና ራሱን፣ አመለካከቱንና ተግባሩን ያልሰበሰበ ሰው ለራሱ ብቻ ሳይሆን ለትዳር ጓደኛው፣ ለስራ ባልደረባውም ሆነ ለወዳጆቹ ሁሉ የኋላ ቀርነት ምክንያት ነው፡፡ የራሳችንን ጊዜ አባክነን ለሌላውም ሰው እንቅፋት ከመሆን ለመጠበቅ የጊዜን አጠቃቀም ዘዴ በቅጡ ልንገነዘብ ይገባናል፡፡

የጊዜን አጠቃቀም ጥበብ ስናዳብር የሚኖረውን ጥቅምና ጥበቡ ሲጎድል የሚያስከትለውን ጉዳት በሚገባ ከተገነዘብን፣ በሚቀጥለው የዚህ ክፍል የመጨረሻ ምእራፍ መደረግ ባለባቸውና መወገድ ባለባቸው ተግባሮች መካከል ያለውን ሂደት እንዳስሳለን፡፡

- 6 -

አድርገው ወይም አስወግደው

"አድርገው፣ አሳልፈህ ስጠው፣ አዘግየው፣ ወይም አስወግደው" – Jack Canfield:: ከዚህ ታዋቂ የስኬት አሰልጣኝ አባባል እንደምንማረው አንድን ተግባር አያያዝ ብዙ ገጽታዎች አሉት:: አንድ አንድ ሰዎች ተግባርን በማከናወን ዙሪያ ሲያስቡ ያላቸው አመለካከት በሁለት ጽንፈኛ አመለካከቶች የተወሰነ ነው:: በእንደነዚህ አይነት ሰዎች አመለካከት መሰረት ምርጫው ሁለት ብቻ ነው - ማድረግ ወይም ደግሞ ማስወገድ:: ተግባሮቻችንን በወቅቱ የማጠናቀቅን እውነታ አስመልክቶ ግን እውነታው እዚያ ጋር ብቻ አያበቃም:: በማድረግና በማስወገድ መካከል ሁለት አስፈላጊ ሂደቶች አሉ:: እነዚህ ሂደቶች "ማዘግየት" እና "አሳልፎ መስጠት" የተሰኙ ሂደቶች ናቸው:: ይህንን በማድረግና በማስወገድ መካከል ያለውን ጥበብ ማዳበር በጊዜ አጠቃቀም ሂደታችን ላይ ታላቅ የሆነ ተጽእኖ ያመጣል::

በዚህ ምድር ላይ ማድረግ የሚገባውን ወይም የሚፈልገውን ተግባር ሁሉ ለመተግበር በቂ ጊዜ ያለው ሰው የለም:: ከዚያም በተጨማሪ፣ አንድን ነገር ለማድረግ በቂ ጊዜ የለኝም በማለት ብቻ ያንን እቅድ ጨምድዶ ቆሻሻ መጣያ ቅርጫት ውስጥ መጣልም አይቻልም:: በማድረግና በማስወገድ መካከል ያሉትን ደረጃዎች በጥበብ መጠቀም የግድ ነው:: ከላይ እንደተጠቀሰው እነዚህ ደረጃዎች "ማዘግየት" እና "አሳልፎ መስጠት" የተሰኙ ናቸው:: አራቱን አስፈላጊ ደረጃዎች አንድ በአንድ እንመልከታቸው::

አድርገው

አንድ ተግባር የግድ መደረግ ያለበት መሆኑንና አለመሆኑን መለየት የመጀመሪያው አስፈላጊ እርምጃ ነው፡፡ ይህ ተግባር የግድ መደረግ አለበት? መደረግ ካለበትስ መደረግ ያለበት በእኔ ነው? በአጭር አገላለጽ፣ አንድ ተግባር መደረግ ካለበት መንገድ ተፈልጎ ሊደረግ ይገባዋል፡፡ ይህን መደረግ ያለበት ተግባር ደግሞ ማድረግ ያለብኝ እኔው ከሆንኩ ሌላ ምርጫ የለኝም፡፡ ስለሆነም፣ የመተግበር ጥበብን ማዳበር የግድ ነው፡፡ በስኬታማ ሁኔታ ግብን አውጥቶና የተግባር ዝርዝርን ካዋቀሩና ካቀዱ በኋላ ያንን ተከታትሎ ተግባርን ማስሮጥ አማራጭ የሌለው ጉዳይ ነው፡፡ በመጨረሻም የተከናወነው ተግባር ግቡን መምታቱና የታሰበው ውጤት መገኘቱ በሚገባ መገምገም አለበት፡፡

በዚህ "አድርገው" በሚለው ክፍል ውስጥ የሚመደብ ተግባር፡-

1. ተግባሩ መደረግ ያለበት የግድ በእኔ ሲሆን፣
2. ተግባሩ መደረግ ያለበት የጊዜ ገደብ ወሳኝ ሲሆን፣
3. የተግባሩ መደረግ አስፈላጊነት የጎላ ሲሆን፡፡

ከላይ በተጠቀሱት ነጠቦች ተመዝኖ ሚዛን ያልደፋ ተግባር ወደሚቀጥለው "አዘግየው" ወደተሰኘው የሂደት መደብ ይተላለፋል፡፡

አዘግየው

አንድ ተግባር በአሁኑ ጊዜ የግድ መደረግ ከሌለበትና ሌሎች ሊቀድሙ የሚገቡ ሁኔታዎች ካሉ ተግባሩን ለሌላ ቀን ማስተላለፍ አስፈላጊ ይሆናል፡፡ ሆኖም፣ አንድ ተግባር የግድ መተላለፍ ስላለበት ብቻ ስለዚያ ነገር ማሰብ በማቆም መንገዳችንን መቀጠል አንችልም፡፡ ለሌላ ቀን መተላለፍ ያለበት ተግባር መቼ ሊደረግ እንደሚገባ ቀን ሊወሰንለት ይገባል፡፡ የቀኑን ቀጠሮ የሚወስነው የተግባሩ አንገብጋቢነት ነው፡፡ ለሌላ ጊዜ የተላለፈ ተግባር ግልጽ በሆነ መልኩ በማስታወሻ አጀንዳችን ላይ መስፈር አለበት፡፡

"ሌላ ጊዜ አደርገዋለሁ" ብሎ በቸልተኝነት ማለፍ የኋላ ኋላ በሌሎች አስፈላጊና

አንገብጋቢ መስለው በቀረቡ ጉዳዮች መገፋቱና መዘንጋቱ አይቀርም፡፡ ይህ ለሌላ ቀን የተላለፈ ተግባር ጊዜው ሲመጣ በሚገባ ሊታሰብበትና ሊተገበር ይገባዋል፡፡ ሆኖም አንዳንድ ጊዜ ለሌላ ቀን የተላለፉ ተግባሮች ጊዜያቸው ሲደርስ እንደገና ሌላ ቀጠሮ ሊያዝላቸው የሚገባበትም ሁኔታ ሊከሰት ይችላል፡፡ ቀጠሮን የማስተላለፍ ድግግሞሽ የማይመከር ቢሆንም፣ በመጀመሪያው ቀነ-ቀጠሮ ያልተገበርነውን ነገር ተስፋ ቆርጦ ከመጣል ይልቅ ሌላ ቀጠሮ በማስያዝ መመለስ መልካም ውሳኔ ነው፡፡

በዚህ "አዘግየው" በሚለው ክፍል ውስጥ የሚመደብ ተግባር፡-

1. ተግባሩ ለተወሰነ ጊዜ ቢተላለፍ ሊያመጣ የሚችለው ችግር አናሳ ሲሆን፣
2. ተግባሩ ለሌላ ቀን የተላለፈበት ምክንያት አሳማኝ ሲሆን፣
3. ለተግባሩ ሊመደብ የሚችል ሌላ በቂ ጊዜ የመኖሩ ጉዳይ እርግጠኛ ሲሆንና ቀጠሮ ሲሰጠው፡፡

ከላይ በተጠቀሱት ነጠቦች ተመዝኖ ሚዛን ያልደፋ ተግባር ወደሚቀጥለው "አሳልፈህ ስጠው" ወደተሰኘው የሂደት መደብ ይተላለፋል፡፡

አሳልፈህ ስጠው

አንድን ተግባር በጊዜው ማድረግ ካልቻልን ለሌላ ቀን እናስተላልፈዋለን፡፡ አሁንም እንደገና በተመደበለት ቀነ-ቀጠሮ ማድረግ ካልቻልን ለሌላ ቀን በማስተላለፍ እያንከባለልነው እንከርማለን፡፡ ሆኖም፣ ይህንን በመንከባለል የቆየ ተግባር ፈጽሞ ማከናወን ወደማንችልበት ደረጃ ስንደርስ ጊዜው ሳያልፍ ለሌላ ሰው ማስተላለፍ የግድ ይሆናል፡፡ ይህንን ለማድረግ በመጀመሪያ ተገቢውን ሰው መምረጥ አስፈላጊ ነው፡፡ ተገቢው ሰው ማለት ተግባሩን በብቃት ሊያከናውን የሚችልና ጊዜውና ፈቃደኝነቱ ያለው ሰው ማለት ነው፡፡ ይህ ሰው ተለይቶ ከታወቀ በኋላ ተግባሩንና የድርጊት ሂደቱን በሚገባ መገንዘቡን በማረጋገጥ ሙሉ ለሙሉ መልቀቅ ሁለተኛው ደረጃ ነው፡፡ አንድን አስፈላጊ ተግባር ከጊዜ እጥረት የተነሳ ለሌላ ሰው አሳልፈን ስንሰጠው ተግባሩ በተገቢው ሁኔታና በወቅቱ የመከናወኑን ጉዳይ በቅርብ ልንከታተል ይገባናል፡፡

በዚህ “አሳልፈህ ስጠው” በሚለው ክፍል ውስጥ የሚመደብ ተግባር፡-

1. ተግባሩ በእኔ ባይከናወን ሊያስከትለው የሚችለው ጉዳት አናሳ ሲሆን፣
2. ተግባሩን በሚገባ ሊያከናውን የሚችል ሰው ሲገኝ፣
3. ተግባሩ በሌላ ሰው እጅ ሲገባ በወቅቱና በተጠበቀው ጥራት የመከናወኑን ሁኔታ መቆጣጠር ሲቻል፡፡

ከላይ በተጠቀሱት ነጠቦች ተመዝኖ ሚዛን ያልደፋ ተግባር ወደሚቀጥለው “አስወግደው” ወደተሰኘው የሂደት መደብ ይተላለፋል፡፡

አስወግደው

አንዳንድ ሰዎች ለማከናወን ብቃቱም ሆነ ጊዜው በፍጹም የሌላቸውን ተግባር ከዛሬ ነገ አደርገዋለሁ በማለት ጊዜው እስኪያልፍበት ድረስ ያቆዩታል፡፡ ሁኔታውም ስራውን ከመጉዳቱም አልፎ ሌሎች ሰዎች በእነሱ ላይ ያላቸውን እይታ ያበላሸዋል፣ ለወደፊቱም ተጽእኖአቸውንም ሆነ ተቀባይነታቸውን ይቀንሰዋል፡፡ ጥያቄው ግን ይህ ነው፡- አንድን ነገር ፈጽሞ ማድረግ ካልቻልንና ለሌላ ሰው አሳልፈንም ልንሰጠው የማንችለው ጉዳይ ከሆነ ምን ማድረግ አለብን? በእኛም ሆነ በሌላው ሰው መከናወን ያልተቻለን ተግባር ከማስወገድ በስተቀር ምን ምርጫ አለን? ሆኖም ይህንን የማስወገድ ከባድ ውሳኔ ከመወሰናችን በፊት ተግባሩ ቢወገድ ሊያመጣ የሚችለውን ጉዳት በሚገባ ማጤን ያስፈልጋል፡፡ ነገሩን እያስተላለፉ መክረም የሚያስከትለው ችግር ነገሩን በማስወገድ ከሚመጣው ችግር ከላቀ ማስወገዱ አማራጭ ነው፡፡ ይህንን ስናደርግ የተግባሩ መወገድ የሚመለከታቸውንና የሚነካቸውን አካሎች ስላለን የማስወገድ አሳብ በጊዜው ማሳወቅ ጤናማ እርምጃ ነው፡፡ በተጨማሪም፣ የማይቻልን ነገር ከአጀንዳችን በመሰረዛችን ምክንያት ምንም አይነት የጥፋተኝነት ስሜት ሊሰማን አይገባም፡፡

በዚህ “አስወግደው” በሚለው ክፍል ውስጥ የሚመደብ ተግባር፡-

1. ተግባሩን ለማከናወን የምንችለውን ያህል ሞክረን ማድረግ ሲሳነን፣
2. ተግበሩ ባይደረግ ሊያስከትለው የሚችለው ጉዳት በሚገባ ተጠንቶ እጅግ አናሳ ሲሆን፣

3. የተግባሩ መከናወን ሁኔታ የሚመለከታቸውን ሰዎች ተገቢውን መረጃ የሰጠንለት ሁኔታ ሲሆን፡፡

የማድረግ፣ የማዘግየት፣ አሳልፎ የመስጠትና የማስወገድ ጥበብ ስኬታማነታችንን ያበዛዋል፣ ትኩረታችንንም ያጠናክረዋል፡፡ ነገሮችን እየጎተቱ ከመቆየትና ተግባሩንም ሆነ በአካባቢያችን የሚገኙ ሰዎችን ልብ ከመጎተት ይጠብቀናል፡፡ ከማድረግ እስከ ማስወገድ ያለውን ሂደት ከማወቅ ባሻገር አልፈን ስንሄድ ጊዜያችንን በአግባቡ እንዳንጠቀም የሚያደረጉንን እንቅፋቶች የማጤን ጉዳይ አስፈላጊ ይሆናል፡፡ እንቅፋቶቹ በሶስት ዋና ዋና ነጥቦች ይከፈላሉ፡፡ እነዚህን የስኬታማ ጊዜ አጠቃቀም እንቅፋቶች በሚቀጥለው ክፍላችን እንመልከት፡፡

- ክፍል ሶስት -

የጊዜ አጠቃቀም እንቅፋቶች

"የባከነ ሃብት በስራ ይተካል፣ የባከነ እውቀት በጥናት ይተካል፣ የጠፋ ጤንነት በመድሃኒት ይመለሳል፣ የባከነ ጊዜ ግን ለዘላለም ጠፍቷል" - Samuel Smiles

በርካታ ጥናቶች እንደሚጠቁሙን አንድን ራዕይ በመያዝ ግብን የሚያወጡና ግባቸውንም የሚጽፉ ሰዎች ይህ ልምምድ ከሌላቸው ሰዎች በላቀ ሁኔታ ስኬትን ያስመዘግባሉ:: አንድ ሰው ግብን በማውጣትና በመመዝገብ ብቻ ስኬታማነቱን በ42 በመቶ እንደሚጨምረው ይታመናል (ምንጭ:- https://www.huffingtonpost.com/marymorrissey/the-power-of-writing-down_b_12002348.html)::

በአንዳንድ ታዋቂ ከፍተኛ ተቋሞች በተማሪዎች መካከል እንዲህ አይነቱ ጥናት እንደሚደረግ የጠቆማል:: የዚህ መሰል ጥናቶች ትኩረት ተማሪዎች ከተመረቁ በኋላ ላላቸው የሕይወት ጉዞ ምን ያህል ራእይና ግብ እንዳላቸውና ሕይወታቸው ምን እንዲመስል እንደሚፈልጉ ለማወቅ ነው:: ለሕይወታቸው ግብና ራእይ እንዳላቸው እርግጠኛ ሆነው የተገኙ ተማሪዎች ከሌሎቹ ግብና ራእይ ከሌላቸው ተማሪዎች በላቀ ሁኔታ ስኬታማ እንደሚሆኑ ይታመናል::

እንደዚህ መሰል ጥናቶች እንደሚያመላክቱን ስኬታማነትና ውጤታማነት የአጋጣሚ ጉዳይ አይደለም:: ሰው ስኬትን እንዲሁ በመንገድ ላይ ወድቆ አያገኘውም:: ሰው ሁሉ ወደአቀደው አቅጣጫ ነው የሚሄደው::

ሰዎች ሕይወታቸውን ካለምንም ግብ የሚመሩበት የራሳቸው የሆኑ ችግሮች አሏቸው::

አንዳንዱ የአመለካከት ችግር ሲኖርበት ሌላው ደግሞ ከአቅሙ በላይ በሆነ ሁኔታ ሲገታ ራሱን ያገኘዋል:: የዚህ ክፍላችን ዋና ዓላማ ሰዎች ግብን አውጥተውና ጊዜያቸውን በአግባቡ ተጠቅመው እንዳይራመዱ ተጽእኖ የሚያደርጉባቸውን እንቅፋቶች ማስገንዘብ ነው::

- 7 -

ሙያ - ነክ እንቅፋቶች

ጊዜያችንን በቅጡ እንዳንጠቀም ከሚያስናክሉን እንቅፋቶች መካከል በቅድሚያ ሊጠቀስ የሚገባው ሙያ-ነክ የሆኑ እንቅፋቶች ጉዳይ ነው:: ሙያ-ነክ ብለን የምንጠራው እንቅፋት የሚያጠነጥነው ጊዜን ከማዋቀር ብቃት ማነስ በሚመጡት ችግሮች ዙሪያ ነው:: በዚህ ክፍል ውስጥ ከሚጠቃለሉ ሁኔታዎች ዋና ዋናዎቹ የሚከተሉት ናቸው::

የተግባር ዝርዝር አለማውጣት

ልናከናውናቸው የፈለግናቸውን ተግባሮች በቅድሚያ አንድ ቦታ በመያዝ መመዝገብ አለባቸው:: ይህ ቦታ አእምሮአችን ውስጥ ቢሆን ችግር የለበትም፤ ሆኖም ምዝገባው እዚያ ሊያበቃ አይገባውም:: አንድ አንድ ሰዎች ምንም እንኳ ከዚህ በፊት በዚህ መልኩ ሞክረውት ብዙ የተበላሸባቸው ጉዳይ ቢኖርም፣ ያንን ስህተት ከመድገም አይታረሙም::

ስለሆነም፣ ሊያከናውኗቸው የሚፈልጓቸውን ተግባሮች "በጭንቅላታቸው" ብቻ በመያዝ ወደ ስራ ይሰማራሉ:: ከዚያም ነገሮችን ለማስታወስ ሲታገሉ ራሳቸውን ያገኙታል:: ይህ ትግል ደግሞ ተግባሩ ከሚወስደው ጊዜና ጉልበት የበለጠ ጊዜንና ጉልበትን ሲወስድ የሚታይ ትግል ነው:: መፍትሄው አጭር ነው - አስፈላጊ ተግባሮችን በአጀንዳ ላይ ማስፈር::

ተግባሮቻችንን በአንድ አጀንዳ ላይ ግልጽ በሆነ መልኩ ጽፈን በማረፍ ያንን መከተል ስንችል፣ በማስታወስ ብቃታችን በመደገፍ መጨነቁ ለምንድን ነው? ምክንያታችን ዘርፈ-

ብዙ ነው:: ለአንዳንዶች የረጅም ጊዜ ልማድን መልቀቅ ፈቃደኛ ያለመሆን ችግር ነው:: ሌሎች ያለባቸው እንቅፋት፣ "አንድን ነገር በፍጹም አልረሳም" በማለት ለሰዎች የማስመስከር ትርጉም የለሽ ትግል ነው:: እውነታው ግን አንድ ነው፣ የስራ ብዛት እየጨመረ በሄደ ቁጥርና ሃላፊነት በበዛ መጠን የማስታወስ ብቃት እያነሰ ይሄዳልና በማስታወሻ አጀንዳችን ላይ መደገፍ አማራጭ የሌለው ጉዳይ ነው::

ለስራ ቀጠሮንና የጊዜ ገደብን አለመመደብ

ተግባራችንን በሚገባ ከመዘገብን በኋላ በመቀጠል ማድረግ የሚገባን ለእያንዳንዱ ስራ ጊዜን መመደብ ነው:: ለአንድ ተግባር የተመደበው ጊዜ በሚገባ ካልታወቀና ገደብ ያለው ቀጠሮ ካልተሰጠው ተግባሩ የመከናወኑ ጉዳይ ሕልም ይሆናል:: ይህ የሚሆንበት ምክንያት ገና ቀኑን እንደጀመርነው ጊዜያችንንና ትኩረታችንን የሚፈልጉ ጉዳዮች ወደ እኛ መጉረፍ በመጀመራቸው ነው::

አንድ አንድ ሰዎች ሊያከናውኑ የሚፈልጉትን ስራ በሃሳባቸው ነው የሚይዙት:: ያንን ስራ ማከናወን እንዳለባቸው ብቻ ያውቃሉ፣ አንድ ቀን አደርገዋለሁ ብለውም ያስባሉ:: ስለዚህም ከአንዱ አንገብጋቢ ጉዳይ ወደሌላኛው ወዲህና ወዲያ ሲሉ ያንን ሊያከናውኑ ያሰቡትን ተግባር ይዘነጉትና ጊዜው ያልፍበታል:: ይህ እንዳይሆን መፍትሄው አንድ ነው - ለተግባራችን የጊዜን ገደብ ወስኖ በዚያ ገደብ ራስን በተጠያቂነት መያዝ::

ለስራው የማይስማማ ሰዓትን መመደብ

ለአንዳንድ ሰዎች ለተግባራቸው የጊዜን ገደብ መወሰንና በዚያ መመራት ሲከብዳቸው፣ የሌሎች ችግር ግን ከዚያ ለየት ያለ ነው:: የጊዜ ቀጠሮንና ገደብን ማውጣት አይከብዳቸውም፣ ነገር ግን ለተግባሩ ተስማሚን ሰዓት የመመደባቸው ሁኔታ ላይ ብዙም ትኩረት አይሰጡትም:: ልንተገብረው እንደፈለግነው የስራ አይነት ትክክለኛን ሰዓት ፈልጎ የማግኘትና ከዚያ አንጻር መመደብ እጅግ አስፈላጊ ጉዳይ ነው:: ምናልባት ሁል ጊዜ ለስራህ የጊዜ ቀጠሮና ገደብ በሚገባ እየመደብክ እቅድህን ግን ተግባራዊ የማድረግ ነገር ላይ ችግር ካለብህ ለተግባርህ የምትመድበውን ሰዓት እንደገና መገምገም ይኖርብሃል::

የተለያዩ ስራዎች የራሳቸው የሆኑ ባህሪይ አላቸው፡፡ አንዳንድ ስራዎች ብዙ ማሰብን የሚጠይቁ ስለሆኑ አእምሮአችን አረፍ የሚልበትን ጊዜ መምረጥ አስፈላጊ ነው፡፡ ሌሎች ተግባሮች ያልደከመ ጉልበትን የሚፈልጉ ሊሆኑ ይችላሉ፣ ስለሆነም አካላችን የማይደክምበት ጊዜ ፈልጎ ለዚያ ስራ መመደብ ተገቢ ነው፡፡ ለብቻ መሆንንና ጸጥታን የሚፈልጉ ተግባሮችም አሉ፡፡ ለእነዚህ አይነት ስራዎቻችን ደግሞ ልንመድብ የሚገባን ጊዜ ከሰዎችና ከግርግር ገለል የምንልበት ጊዜ ሊሆን ይገባል፡፡

ለስራው በቂ ጊዜ አለመመደብ

ማንኛውም ተግባር ጊዜ ይፈልጋል፡፡ ጊዜ የማይወስድ ተግባር የለም፡፡ አንድ ተግባር ሊወስድ የሚችለው ጊዜ ደግሞ ከሌሎች ተግባሮች ሊረዝም ወይም ደግሞ ሊያጥር ይችላል፡፡ ይህንን እጅግ ቀላል የሆነ እውነታ አለመገንዘብ ወይም ደግሞ ተግባሩ የሚወስደውን ጊዜ ለማስላት ትኩረትን አለመስጠት የጊዜ አጠቃቀም እንቅፋት ነው፡፡ አንድ ሰው ሊተገብረው ለፈለገው ስራ የተሳሳተን የጊዜ መጠን የሚመድብበት ምክንያቶቹ ብዙ ናቸው፡፡

አንዳንድ ሰዎች ከልምድ ማጣት የተነሳ ለአንድ ተግባር በቂ የሆነን ጊዜ መመደብ ይሳናቸዋል፡፡ በሌላ አባባል ስራውን በአጭር ጊዜ የሚያጠናቅቁት ይመስላቸውና ጊዜ አጣብበው ይጀምሩታል፡፡ ሌሎች ደግሞ ከግድ የለሽነት የመነጨ ችግር ሊኖርባቸው ይችላል፡፡ ለአንድ ተግባር ሊሰጥ የሚገባውን ጊዜ ለማሰብ ፍላጎቱ ብዙም ስለሌላቸው አንድን ተግባር ከጀመሩ በኋላ ነው ሊፈጅ ስለሚችለው ጊዜ የሚያስቡት፡፡ ለአንድ ተግባር በቂ ጊዜን ያለመመደብ ችግር ምንጩ ያም ሆነ ይህ ችግሩን አያቀለውም፡፡

አንድ ሰው የተሳካለትና በብቃቱ የተመሰከረለት ብዙ ሰው ሆኖ ለመገኘት ከፈለገ ተግባሩንና ጊዜውን በማጣጣም ጥበብ የግድ መብሰል ያስፈልገዋል፡፡ ይህንን ጥበብ ለማዳበር አእምሮን መጠቀም ይጠይቃል፡፡ ለምሳሌ፣ ከዚህ በፊት አንድን ተግባር ለማከናወን የፈጀበትን ጊዜ በማስታወስ ለወደፊቱ ጊዜን ለማስላት ሊጠቀምበት ይችላል፡፡ በተጨማሪም፣ እንቅፋቶችንና ያልተጠበቁ ገጠመኞችን የማስላትና ለአንድ ተግባር በቂ ጊዜን የመስጠትን ጥበብ ማዳበር ይቻላል፡፡

ለስራው የማይመጥን ማንነት

ይህ ችግር የብዙ ሰዎች ችግር ነው፡፡ አንድን ተግባር ማከናወን ስለፈለጉ ብቻ ለስራ መነሳት ተገቢ አይደለም፡፡ “ይንን ስራ ለመስራት ትክክለኛው ሰው እኔ ነኝ ወይ?” የሚለውን ጥያቄ በቅድሚያ መመለስ አስፈላጊ ነው፡፡ አንድን ተግባር መጠናቀቅ ባለበት የጊዜ ገደብ ለማጠናቀቅ ብቃቱ ከሌለኝና ሌላ ከእኔ ቀልጠፍ ባለ ሁኔታና በጥራት ሊሰራው የሚችል ሰው ካለ ተግባሩን ለዚያ ሰው መልቀቅ የብስለት ምልክት ነው፡፡ ሁሉን ነገር እኛ ብቻ ማድረግ ያለብን ሲመስለን በዚህ እንቅፋት ውስጥ ልንወድቅ እንችላለን፡፡ ይህ አመለካከት ምንጩ የተለያየ ነው፡፡ ለአንዳንድ ሰዎች አንድን ተግባር መስራት እንደማይችሉ አምኖ በመቀበል ለሌላ ሰው ማስተላለፍ እንደ ደካማነት የሚቆጠር ስለሆነ ስራውን በራሳቸው ለማጠናቀቅ ሲፍጨረጨሩ ራሳቸውን ያገኙታል፡፡

ይህንን እንቅፋት ከመንገድ ለማስወገድ ተግባርን አሳልፎ የመስጠትን አመለካከትና ጥበብ ማዳበርን የሚጠይቅ ጉዳይ ነው፡፡ ይህንን ጥበብ እንዴት ማዳበር እንደሚቻል በሌላ ምእራፍ በሰፊው እንመለከታለን፡፡ በጊዜ መጨናነቅ ምክንያት፣ በችሎታ ማነስ ምክንያትም ሆነ በሌሎች ጥቃቅን በሚመስሉ ሁኔታዎች እኛ ማድረግ የማንችላቸውን ተግባሮች ለሌላው ብቁ ለሆነው ሰው ማስተላለፍ የተፈተነና ስኬታማ መንገድ ነው፡፡

የአሰራር ሂደት ጉድለት

አንድን ተግባር ለማከናወን ብቃቱ፣ ጊዜውና ፈቃደኝነቱ ኖሮን ሳለ፣ ተግባሩን ለመፈጸም የምንጠቀምበት ዘይቤ ቀላል ካልሆነና የተወሳሰበ ዘዴን ከተጠቀምን አንድን ስራ ጀምሮ ለመጨረስ እንቅፋት ሊሆንብን ይችላል፡፡ ይህ ከአሰራር ሂደት ጋር የተያያዘ ጉዳይ ነው፡፡ ለምሳሌ፣ ከድርጅት አንጻር ስንመለከተው፣ ሁለት ድርጅቶች አንድን አይነት ተግባር በተመሳሳይ የሰው ኃይልና የበጀት አቅርቦት እየሰሩ፣ አንዱ ድርጅት የተሳካለት ሲሆን ሌላኛው ደግሞ ሲታገል ስንመለከት በመጀመሪያ ልናጤን የሚገባን የአሰራሩ ሂደት ጉዳይ ነው፡፡ ትክክለኛ ስራን በትክክለኛው ጊዜና በበቂ በጀት እየሰሩ ስራው አልራመድ ካለ፣ ምናልባት የተወሳሰበ የአሰራር ዘይቤን እየተጠቀሙ እንዳይሆን መመልከቱ የመጀመሪያ አማራጭ ነው፡፡

ለአንድ ተግባር በቅድሚያ ትክክለኛውን የአሰራር ዘይቤ የዘረጋ ሰው የስኬት ጎዳና

ውስጥ የገባ ሰው ነው:: ይህ ጥበብ ትክክለኛውን ሰዓት መምረጥን፣ የስራ ቅደም ተከተሎችን ማዋቀርንና የተዋቀረውን ቅደም ተከተል በሚገባ መከተልን የሚጠይቅ ጉዳይ ነው:: በመቀጠልም፣ በየጊዜው ግምገማን በማድረግ ከዚህ በፊት ያልሰራን ዘዴ የማሻሻልንና በሌላ በሚሰራ ዘዴ የመለወጥንም ልምምድ ይጠይቃል:: ከዚህም በተጨማሪ፣ አዳዲስ የአሰራር ጥናቶችን በመከታተልና ራስን በማሻሻል ከዘመኑ ጋር አብሮ መራመድ ወሳኝ ጉዳይ ነው::

ይህ በዚህ ምእራፋችን የተመለከትነው እንቅፋት ከራሳችን ብቃት ጋር የተያያዘ ሁኔታ ሲሆን ራስን በማሻሻልና የጊዜ አጠቃቀምን ጥበብ በማዳበር የሚፈታ ነው:: አንዳንድ ጊዜ ግን የጊዜ አጠቃቀማችንን የሚያዛቡ ሁኔታዎች ውጫዊና ከቁጥጥራችን ውጪ የሆኑ ሁኔታዎች ናቸው:: የሚቀጥለው ምእራፍ እነዚህን ሁኔታዎች የሚጠቁም ነው::

- 8 -

ውጫዊ እንቅፋቶች

የውጪ እንቅፋቶች ብለን ይምንጠራቸው እንቅፋቶች ከቁጥጥር ውጪ ከሆኑ ሁኔታዎች የሚመነጩ ችግሮችን ነው፡፡ አብዛኛውን ጊዜ እነዚህ እንቅፋቶች እንዳይከሰቱ መቆጣጠር አይቻልም ለተከሰቱት ሁኔታዎች ግን የምንሰጠውን ምላሽ መቆጣጠር ይቻላል፡፡ የውጪ እንቅፋቶች በሚለው መደብ ሊመደቡ የሚችሉ በርካታ ሁኔታዎች ሊኖሩ ይችላሉ፡፡ በዚህ ምእራፍ ግን ጥቂቶቹንና ዋና ዋናዎቹን ተመልክተን እናልፋለን፡፡

የድካምና የህመም ስሜት

አካላችንንና ስሜታችንን የሚያዝሉና ለህመም ሊዳርጉን የሚችሉ ሁኔታዎች በርካታ ናቸው፡፡ አንድ ሰው አካሉ፣ ስሜቱና አእምሮው ሲዝል ጊዜውን በአግባቡ ለመጠቀም ያዳግተዋል፡፡ ምክያቱም መስራት በሚገባው ፍጥነትና ትኩረት ለመስራት ስለሚያዳግተው ነው፡፡ አንዳንድ ጊዜ ስሜቱ ጊዜያዊ ሊሆን ይችላል፡፡ አንዳንድ ሰዎች ግን ካለማቋረጥ በድካምና በህመም ጥላ ውስጥ ይኖራሉ፡፡

የዝለት ስሜት በተለያዩ ምክንያቶች ሊከሰት ይችላል፡፡ የድካምና የዝለት ስሜት እንዲጫጫነን ከሚያደርጉን ምክንያቶች መካከል የእንቅልፍ እጦት ቀንደኛው ነው፡፡ አንድ ሰው ከስራ ብዛትም ሆነ ከስሜት ቀውስ የተነሳ በቂ እንቅልፍ በማያገኝበት ጊዜ ዝለት ያጠቃዋል፡፡ የዚህ ዝለት ውጤቱም ጊዜን ለማዋቀር ጉልበት ማጣት ነው፡፡ ሌላኛው ጉልበት አሳጪ ተጽእኖ ህመም ነው፡፡ የህመም ስቃይ ያለበት ሰው ከጤነኛ ሰው እኩል ጊዜውን በአግባቡ መጠቀም ሊያዳግተው ይችላል፡፡ ህመሙ ያለውን

ጉልበትና ትኩረት ስለሚወስድበት ማለት ነው፡፡ ከአካል ህመም ባሻገር የስሜትም "ህመም" በጊዜ አጠቃቀማችን ላይ ታላቅ ተጽእኖ አለው፡፡ ከተለያዩ አሉታዊ ገጠመኞች የተነሳ ስሜት ሲወድቅ፣ ሲጎዳና ድብርትና የኃዘን ጫናዎች ማንነት ላይ ሲደራረቡ ጊዜን በተገቢው ሁኔታ የማዋቀር ፍላጎቱም ሆነ ጉልበቱ አይኖረንም፡፡

የኑሮ ሁኔታ መለወጥ

ሕይወት ሁልጊዜ የማትለወጥና ባለችበት የምትቀጥል ክስተት ነች ብለን ካሰብን ተሳስተናል፡፡ ሕይወት ተለዋዋጭ ነች፡፡ እያንዳንዱ ሰዓት፣ ቀን፣ ሳምንት፣ ወርና ዓመት የሚያመጣውን አናውቀውም፡፡ አንዳንዶቹ የሕይወት ለውጦች ቀደም ሲል ከሰራናቸው ስህተቶች ወይም ከወሰድናቸው የተሳሳቱ ውሳኔዎች የሚመጡ አሉታዊ ተጽእኖዎች ናቸው፡፡ ሌሎቹ ደግሞ ጤናማ የሕይወት ክስተቶች ናቸው - በመኖር ውስጥ ባለ የእድገት ሂደት ውስጥ የሚመጡ ለውጦች፡፡ ያም ሆነ ይህ፣ አብዛኛዎቹ ለውጦች ከእኛ ቁጥጥር ውጪ ከሆነ የኑሮ ሂደት የሚመጡ ናቸው፡፡ የለመድነውና የተደላደልንበት የኑሮ ሁኔታ በድንገት ሲለወጥ የጊዜያችንንም አወቃቀርና ሂደት ይነካዋል፡፡

ለምሳሌ፣ ለብቻው ሲኖር የነበረ ሰው ወደ ፍቅር ሕይወት ሲገባና ወደ ጋብቻ ዘልቆ ሲሄድ የሚከሰተው ለውጥ ታስቦበት በሚገባ ካልተያዘ የተለመደውን የሕይወት መስመር ያናጋዋል፡፡ አንዳንዶች ሲጋቡ ሌሎች ይፋታሉ፡፡ ይህ ሊከሰት የማይገባውና ጎጂ ልምምድ ቢሆንም እንኳ የሕይወት ክስተት ነው፡፡

ሰው ከለመደው የተደላደለ ቤትና የፍቅር ጉዞ በፍቺ ምክንያት ሲለያይ የልምምዱ በጊዜ ላይ ያለው ጣልቃ ገብነት ቀላል አይደለም፡፡ ሌላ ምሳሌ፣ እንደ ልጅ መውለድ ያለ ሁኔታ ነው፡፡ በጋብቻ ሁለት ብቻ ሆነው ለአመታት የኖሩ ባለትዳሮች የነበራቸው የጊዜ አጠቃቀም ሁኔታ አዲስ ልጅ ሲወለድ ሊቀጥል አይችልም፡፡ ለልጅ የሚሰጠው ትኩረት፣ ለልጅ ለቅሶ ምላሽ ለመስጠት በሌሊት የመነሳቱ ሁኔታ፣ በልጅ ላይ በየጊዜው የሚከሰትን የጤና ቀውስ ቶሎ በቁጥጥር ስር ለማዋል ያለው መሯሯጥ በኑሮ ሂደትና በጊዜ አጠቃቀም ላይ ታላቅ ሰፍራ አለው፡፡ ሌሎች እንደ ቤት መቀየርና የመሳሰሉት የኑሮ ለውጦች በጊዜ አጠቃቀም ላይ ተጽእኖ አላቸው፡፡

ግርግር የሞላበት አካባቢ

በየእለት ተግባራችን ላይ ሰዎች ጣልቃ የማይገቡበትን ሁኔታ ማመቻቸት ከባድ ስራ ነው:: አብዛኛዎቹ በስራ ብዛት የሚጨናነቁና ጊዜያቸውን በሚገባ መጠቀም ያለባቸው ሰዎች የሚሰሩት የስራ ሁኔታ ሰዎች ወደ እነሱ ለጉዳይ እንዲመጡ የማድረግ ባህሪይ አለው:: ስለሆነም፣ ሰዎችን ለማስተናገድ የሚወሰደው ጊዜ መስመር ሊያስለቅቅ ይችላል:: ለምሳሌ፣ አንድ ሃኪም የቀኑን ስራ በሚገባ የሚተገብርበትን እቅድ ካወጣ በኋላ በማንኛው ሰዓት ድንገተኛ ህመምተኛ ሊመጣበት እንደሚችል አያውቀውም:: አንድ ለሕብረተሰቡ አገልግሎት የሚሰጥን ድርጅት የሚመራ አስተዳደር ለቀኑ የዘረጋውን የስራ መስመር በመከተል እያለ ከደንበኞች ለሚመጡ አቤቱታዎችና በሰራተኞች መካከል ለሚከሰቱ አለመግባባቶች ምላሽ ለመስጠት የሚወስደው ጊዜ ቀላል አይደለም:: የሚቀጥለው የስራ ቀን ከመድረሱ በፊት በተገኘው የእረፍት ቀን በቤቱ ያለውን ስራ ለመጨረስ የሚታገል ሰው በድንገት እንግዳ ወደቤቱ መጥቶ በዚህና በዚያ ሲያጣድፈው በእንዴት አይነት ሁኔታ ጊዜውን ተጠቅሞ ስራውን መጨረስ ይችላል? እንግዲህ እነዚህ ከላይ ለምሳሌነት የተጠቀሱት ሁኔታዎች ግርግር የሞላበት አካባቢ በጊዜ አጠቃቀማችን ላይ ሊኖረው ስለሚችለው ተጽእኖ የሚያመላክቱ ናቸው:: የችግሩ መንስኤዎች ከተጠቀሱት ምሳሌዎች የተለዩ ቢሆኑም እንኳ የአያያዝ ብልሃቱን የመፍጠር ሸክም ግን በእኛ ላይ ነው ያለው::

የሰዎች ተጽእኖ

ከላይ እንደተጠቀሰው የየእለት ኑሯችን በዙሪያችን ከሚኖር ሰው ጋር የተቆራኘ ነው:: ከሰው ጋር የማያገናኝ የስራም ሆነ የኑሮ ሁኔታ የለንም:: የአንድ ሰው ድካምና ግድ የለሽነት ያለው ተጽእኖ በራሱ ላይ ብቻ ቢሆን ሁላችንም የምንመኘው ነገር ነው:: እውነታው ግን እንደዚያ አይደለም:: እንደ ግንኙነታችን ቅርበት ቢወሰንም የሰዎች ሁኔታ ወደ እኛ አልፎ መምጣቱ አይቀርም::

ጊዜውን በቅጡ መያዝና ማዋቀር የተሳነው የጊዜ አጠቃቀም ግንዛቤ የጎደለው የትዳር ጓደኛ የችግሩን መዘዝ በራሱ ብቻ የሚወጣው አይደለም:: ተጽእኖው ወደዚያኛው ሰው ማለፉ የማይቀር ነው:: ሁልጊዜ ከመጠን ያለፈ ትኩረት የሚፈልግ ልጅም ከዚህ ያነሰ

ተጽእኖ የለውም፡፡

የአንዳንድ ሰዎች የጊዜ ቀውስ የሚጀምረው ገና ከቤት ሳይወጡ ሲሆን የሌሎች ደግሞ በስራ ቦታቸውም እንደገና ይቀበላቸዋል፡፡ ለምሳሌ፣ በፍጹም ጊዜውን በአግባቡ የመጠቀም ጉዳይ ያልገባውና ያልቻለበት፣ ወይም ግድም የማይለው አለቃ የሚያስከትለው ጫና ቀላል አይደለም፡፡ በዚህ ላይ ደግሞ ተመሳሳይ ድካም ያለበት የስራ ባልደረባ ሲጨመርበት ሁኔታው እጅግ አድካሚ ነው፡፡ በንግድ ዙሪያም ተመሳሳይ ጫና ያለባቸው ሰዎች አሉ፡፡ ስለጊዜ ግድ የማይሰጠው የንግድ አጋር ያለው ነጋዴ የሚሸከመው ሃላፊነት ቀላል አይደለም፡፡

ባለፈውና በዚህኛው ምእራፋችን ከጠቀስናቸው የሙያ-ነክና የውጪ እንቅፋቶች ባሻገር አንድ ሳንጠቅሰው ማለፍ የማንችለው እንቅፋት ከውስጥ የሚመነጭ እንቅፋት ነው፡፡ ይህንን ስንል ምን ለማለት እንደፈለግን ለማወቅ የሚቀጥለውን ምእራፍ እንመልከት፡፡

- 9 -

ስነ - ልቦናዊ እንቅፋቶች

በቀደሙት ሁለት ምእራፎች ውስጥ በጊዜ አጠቃቀማችን ላይ ተጽእኖ ስሚያመጡ ሁለት ዋና ዋና ነገሮች ተመልክተናል፡፡ እነዚህ ሁኔታዎች ከሙያ ጉድለትና ከውጪ ክስተቶች የሚመጡ ናቸው፡፡ በዚህ ምእራፍ ላይ የምንመለከተው ስለ ስነ-ልቦናዊ ተጽእኖዎች ነው፡፡ ስነ-ልቦናዊ እንቅፋቶች የምንላቸው ሁኔታዎች በአመለካከታችን ላይ ከተከሰቱ የተለያዩ ተጽእኖዎች የሚመነጩ ጉዳዮች ናቸው፡፡ አንዳንዶቹን ተጽእኖዎችና አመለካከቶች በውስጠ-ሕሊናችን ተሰውረው ስለሚቀመጡ በእኛ ውስጥ እንዳሉ ራሳችንም እንኳ በቅጡ አናውቃቸውም፡፡ ከዚህ በታች ከስነ-ልቦናዊ እንቅፋቶች መካከል ዋና ዋናዎቹን እንመለከታለን፡፡

ግልጽ ያልሆነ ግብና የስራ ቅደም ተከተል

አንዳንድ ጊዜ፣ ዘወትር የጀመርነውን ስራ ለምን እንደማንጨርሰው ግር ይለናል፡፡ ወዲህና ወዲያ እየሮጥን ውለን እንኳን አሁንም ስራችን ወደኋላ ሲጎተት እንመለከትና መልስ እናጣለታለን፡፡ እንዲህ አይነትን ዑደት ለመስበር በቅድሚያ በቅርበት ልንመለከተው የሚገባ ጉዳይ ግልጽ የሆነ ግብና የስራ ቅደም ተከተል የመኖሩን ጉዳይ ነው፡፡ ጠዋት ቁርሳችንን በልተን ሳንጨርስ ልክ ፊልም እደሚያይ ሰው የእለቱን ተግባሮቻችን በሃሳባችን ማለፍ ይጀምራሉ፡፡ የቱን አስቀድመን የትኛውን ደግሞ እንደምናስከትል ካላወቅንበት ቀናችን ሳይጀመር ተበላሽቷል፡፡

ግልጽ የሆነን ግብ በማውጣት ስራን ቅደም ተከል ማስያዝ የሁሉም ሰው ልምምድ

አይደለም፡፡ በተረጋጋ መንፈስ ቁጭ ብለን የምንሰራቸውን ስራዎች መስመር የማናስይዛቸው ለምንድን ነው? የችግራችን መንስኤ ብዙ ነው፡፡ አንዳንድ ሰዎች ግብ የማውጣትን ጥበብ ምን እንደሆነም አያውቁትም፡፡ እነሱ የሚያውቁት በዚያ ወቅት ፊታቸው የተደነቀረ ስራ ካለ ያንን በማስቀደም መስራት እንዳለባቸው ነው፡፡ ሌሎች ደግሞ ግብ አወጣጡን በሚገባ ያውቁበታል፡፡ እነሱ የቸገራቸው ያወጡትን ግብ በዲሲፕሊንና ራስን በመግዛት መከታተልና መወጣት ነው፡፡ እንዘርዝር ብንል ብዙ እንቅፋቶችን መዘርዘር እንችላለን፡፡

ፍርሃት

የምትሰራውን አውቀኸው ወደፊት መገስገስና ማከናወን ካዳገተህ ምናልባት ችግርህ ፍርሃት ሊሆን ይችላል፡፡ "አንድን ስራ ጀምሬ አልጨርሰውም ይሆን?" የሚለው ፍርሃት ትልቅ የሆነን ስነ-ልቦናዊ ግድግዳ በፊታችን ሊያስቀምጥ ይችላል፡፡ የሰራሁትን ስራ ሰዎች ሲያዩት አጥጋቢ ላይሆን የመቻሉና "ሊያፌዙብኝ ይችላሉ" የሚለው ሃሳብም ተጽእኖው ቀላል አይደለም፡፡ ስለዚህም ለዚህ ፍርሃታችን ሌሎች ምክንያቶች ከመፈለግ ይልቅ ስራውን ማዘግየት ቀልሎ እናገኘዋለን፡፡

ያለመሳካት ፍርሃት ሲጋፋን መጀመሪያ ራሳችንን ልንጠይቅ የሚገባን ጥያቄ፣ "ስራው ባይሳካ ሊከሰት የሚችለው ችግር ምንድን ነው?" የሚለውን ነው፡፡ ይህንን በማድረጋችን ችግሮቹን በሃሳባችን በማስተናገድ መንገድ እንድንፈልግላቸውና ለመጋፈጥ ድፍረትን እንድንሰበስብ ይረዳናል፡፡ ምክንያቱም አንዳንድ ጊዜ ነገሮች ባይሳኩ የሚገጥመን ችግር ምን እንደሆነ ሳናስብ እንደው በጭፍንነት ነው የምንፈራው፡፡ ከዚህ ጋር ሳንጠቅስ የማናልፈው አንድ እውነት፣ ለአንዳንድ ሰዎች ስኬት የፍርሃት ምንጭ ሊሆን የመቻሉን ጉዳይ ነው፡፡

አንድ ነገር ሰርተን ሲሳካልን በቅንአት የሚነሳሱ ሰዎች ሊሰጡት የሚችሉትን አሉታዊ ምላሽ ስናስብ ልንወላውል እንችላለን፡፡ ስኬት ሊወስደን የሚችለውን ቦታና ሊያገናኘን የሚችላቸውን "የከበሩ" ሰዎች ልንፈራውም እንችላለን፤ ከለመድነው ምቹ ቦታ ወጣ ስለሚያደርገን ማለት ነው፡፡

"የድብርት" ስጋት

ይህ ለሰሚው ግር የሚል ሃሳብ ቢሆንም እንኳ ለአንዳንድ ሰዎች ግልጽ የሆነ ችግር ነው። ምናልባት ምንም ሳትሰራ መቀመጥ የማትችል አይነት ሰው ከሆንህ ይህ ችግር በሚገባ ትረዳዋለህ ብዬ አስባለሁ። እንዲህ አይነቱ ሰው በቀን ውስጥ ወይም በሳምንት ውስጥ የሚሰራቸው ስራዎች በቶሎ ከተጠናቀቁና ከስራ ውጪ የሚሆን ከመሰለው፣ "እደበራለሁ" የሚል ስጋት ያለው ሰው ነው። በፍጹም ካለስራ መቀመጥ ስለማይፈልግ ራሱን በብዙ ስራዎችና ቀጠሮዎች ያጨናንቀዋል።

ካለስራ አንዲትም ደቂቃ እንኳ መቀመጥ ሊያመጣ ይችላል የሚባለውን "ድብርት" ከመፍራትም አልፎ በተጨማሪም ሊጠቀሱ የሚገባቸው ሌሎች የፍርሃት ምንጮች አሉ። ለምሳሌ፣ "ካለአግባብ ብዙ አረፍኩኝ" በሚል ሃሳብ በጥፋኝነት ስሜት የሚረበሹ ሰዎች አሉ። እንደዚህ አይነት ሰዎች ከስራ ውጪ ምንም አይታያቸውም። ስራ ባይኖር እንኳ ከሰዎች ጋር ቀጠሮ በመያዝ ያችን የተገኘችውን ክፍት ጊዜ በቶሎ ይሞሏታል። የአንዳንዶች ፍርሃት ምንጭ ደግሞ ስራ-ፈት ሆኖ የመታየት ፍርሃት ነው። ከዚህ ፍርሃት የተነሳ በቤትና በሰፈር አካባቢ ደጋግሞ መታየት የማይፈልጉ ሰዎች አሉ። ስለዚህ ስራ የበዛበት ሰው መስሎ ለመታየት ራሳቸውን በተገኘው ነገር ይጠምዱታል። የዚህ ስነ-ልቦናዊ እይታ የሚያስከትለው የመባከን ሕይወት ቀላል አይደለም።

ለሰዎች መኖር

ቀደም ብለን በሌላ ምእራፋችን እንደተመለከትነው ሃገራችን ባለ ዐውደ-ብዙ ባህል ሃገር ናት። የአንድ ተግባር ትርጉሙ ብዙ ነው። በዚህ ላይ ለሁሉ ሰው የመኖር ወይም ሁሉንም የማስደሰት ዝባሌ ሲጨመርበት እጅግ ባክነን እንድንቀር የሚደርግ መስመር ውስጥ ይከትተናል። ይህ ሁሉን ሰው ለማስደሰት የመጣር ችግር ያለበት ሰው አንድን ነገር እዲያደርግለት ጥያቄ ላቀረበለት ሰው ሁሉ እሺ የማለት ዝንባሌ አለው። እውነታው ግን አንድ ነው፣ ሰው ሁሉ ከእኛ የፈለገውን ነገር ለመስጠትና ለማድረግ በቂ ጊዜ ሊኖረን አይችልም። ምንም እንኳ ከአቅማችን በላይ ቢሆን፣ ሰዎች ለጠየቁን ነገር ሁሉ በእሽታ መቀበልና በላያችን ላይ ጫናን መደራረብ የራሱ የሆነ ምንጭ አለው። እውነታው ግን አንድ ነው፣ ሰው ሁሉ ከእኛ የፈለገውን ነገር ለመስጠትና ለማድረግ በቂ

ጊዜ ሊኖረን አይችልም::

ምንም እንኳ ከአቅማችን በላይ ቢሆን፣ ሰዎች ለጠየቁን ነገር ሁሉ በእሺታ መቀበልና በላያችን ላይ ጫናን መደራረብ የራሱ የሆነ ምንጭ አለው:: ለአንድ አንድ ሰዎች ችግሩ ያለው ያለመፈለግ ስሜት ላይ ነው:: እነዚህ ያለመፈለግ ስሜታቸውን ለማሸነፍ የሚጥሩ ሰዎች ለሰዎች እሺ በማለት ሊያገኙት የሚችሉትን የተቀባይነትና የመፈለግ ስሜት ለማጣጣም ሲሉ ብቻ ይነዳሉ:: የሌሎች ችግር ደግሞ ሰዎችን ላለማስከፋት የሚያደርጉት ጥረት ነው::

ስለዚህም ለሁሉም ሰው ስሜት መጠንቀቅ ስላለባቸው ለሁሉም ጥያቄ እሺ የሚልን ምላሽ በመስጠት ራሳቸውን ያጨናንቃሉ:: መዘንጋት የሌለበት እውነታ ግን ለአንድ ነገር "እሺ" ስንል ለሌላ ነገር "እምቢ" እያልን መሆኑን ነው:: በሌላ አባባል፣ በፕሮግራም በሞላው ቀናችን ላይ ለሰዎች "እምቢ" ላለማለት ብቻ ሌላ ጥያቄን በእሺታ ስናስተናግድ ቀድሞ ከያዝናቸው ፕሮግራሞች ውስጥ አንዱን መበደላችን አይቀርም::

"ፍጹማዊነት"

ፍጹማዊ ሰዎች የሚያደርጉትን ነገር ሁሉ ካለምንም እንከን የማድረግ "ሱስ" ያለባቸው ሰዎች ናቸው:: ይህ ነገሮችን በጥራትና ስህተት በሌለበት መልኩ ለማከናወን የመፈለግ ምኞት መልካም ሆኖ ሳለ በሚዛናዊነት ካልተያዘ ውጤቱ ኋላ ቀርነት ሊሆን ይችላል:: ምክንያቱም ፍጹማውያን አንድን ነገር ካለምንም እንከን ካልሰሩት አንደኛውኑ አለመስራቱን ስለሚመርጡ ነው:: ስለሆነም፣ ነገሩን ካለምንም ጉድለት ማድረግ የሚችሉበትን ትክክለኛ ጊዜና ሁኔታ ሲጠብቅ ጊዜውን ያባክናል:: ለመሆኑ የምናደርገውን ነገር ሁሉ አንድም እንኳን ቀን ሳንሳሳት ካለምንም እንከን ማድረግ እንችላለን?

አንዳንድ ጊዜ ፍጹማዊነት "ጎበዝ" ለመባል ካለን የውስጥ ጥማት ሊመነጭ ይችላል:: በተለይም በልጅነታችን ላጠፋነው ጥፋት ሁሉ ተቀጥተንና የምህረት ዘፍተት ሳናገኝ ካደግን በዚህ አመለካከት ተጽእኖ ውስጥ ራሳችንን ልናገኘው እንችላለን:: ጥሩ ስናደርግ ብቻ ተመስግነንና "ጎበዝ" ተብለን፣ ስንሳሳት ደግሞ የማንቋሸሽ ናዳ ወርዶብን ካደግን

ውስጣችን "ሁለተኛ ስህተት አልሰራም" የሚልን ኪዳን ለራሱ ይገባል - መቀጣትን አይፈልግምና፡፡ እውነታው ግን፣ አንዳንድ ጊዜ ነገሮች ፍጹም በሆነ መልኩ ይከናወኑልናል፤ ሌላ ጊዜ ደግሞ የጠበቅነውን ውጤት ላናገኝ እንችላለን፡፡ ይህንን እውነታ ተቀብሎ የሚችሉትን ከማድረግ ውጪ ሌላ አማራጭ የለም፡፡

በዚህ ክፍላችን ውስጥ በጊዜ አያያዛችን ላይ እንደ እንቅፋት የሚሆኑብንን ሁኔታዎች በሶስት ከፍለን ተመለከትናቸው፡፡ ከእነዚህ ሁኔታዎች በዋናነት ሊጠቀስ የሚገባው ጉዳይ የባህል ጉዳይ ነው፡፡ ባህል በጊዜ አጠቃቀም ላይ ያለውን ተጽእኖ አስመልክቶ በቂ መረጃዎችን በሚቀጥለው ክፍል ውስጥ እናጠናለን፡፡

- ክፍል አራት -

ጊዜና የባህል ተጽእኖ

"ጊዜ = ሕይወት። ስለዚህም፣ ጊዜህን ስታባክን፣ ሕይወትህን ታባክናለህ፤ ጊዜህን በትክክል ስትመራ ደግሞ ሕይወትህን በትክክል ትመራለህ"

- Alan Lakein

አንድ አሜሪካዊ ነጋዴ በአንዲት የሜክሲኮ የወደብ ከተማ ዳር ቆሞ ሳለ አንዲት ትንሽ ጀልባ አንድ አሳ አጥማጅ ይዛ ወደ ወደቡ ተጠጋች። በጀልባ ውስጥ አንድ የሜክሲኮ ተወላጅ አሳ አጥማጅ ያጠመዳቸው ቁጥራቸው ከመጠን ያለፈ ትናንሽ አሳዎች አሉ። አሜሪካዊው ሜክሲኮአዊውን ስለአሳ ማጥመድ ችሎታው ካደነቀው በኋላ አንድን ጥያቄ አቀረበለት፣ "እነዚህን አሳዎች ለማጥመድ ስንት ጊዜ ፈጀብህ?" "በጣም አጭር ጊዜ" ብሎ መለሰ፣ ሜክሲኮአዊው። አሜሪካዊው፣ "ይህንን ያህል አሳ በአጭር ጊዜ ማጥመድ ከቻልክ ለምን ቀኑን ሙሉ ውለህ ብዙ አሳ ለማጥመድ አትሞክርም" ብሎ ጠየቀው።

ሜክሲኮአዊው፣ "አሁን በምሰራበት ሁኔታ ለቤተሰቤ በቂ አቅርቦትን ይገኘ እገባለሁ" ብሎ መለሰ። አሜሪካዊው ጥያቄውን በመቀጠል፣ "በቀረህ ጊዜ ምን ታደርጋለህ?" አለው። ሜክሲኮአዊው ገበሬ፣ "ጠዋት በቂ እረፍት እወስዳለሁ፣ በቂ አሳ ካጠመድኩ በኋላ ልጆቼ ከትምህርት ቤት ሲመለሱ ከእነሱ ጋር እጫወታለሁ፣ ከዚያም ከባለቤቴ ከማሪያ ጋር ጣፋጭና አጭር የቀን እንቅልፍ እንወስዳለን፣ ከዚያም ወደ ከተማ ወጣ እልና ከጓደኞቼ ጋር ሻይ እየጠጣን ጊታሬን መታ መታ አደርጋለሁ፤ ቀኔ በእነዚህ ሁኔታዎች ሙሉ ነው"።

አሜሪካዊው በመገረምና በማሾፍ፣ "እኔ የታዋቂው የሃርቫርድ ዩኒቨርሲቲ የቢዝነስ ተመራቂ ነኝ። ልምከርህ! ከጠዋት እስከማታ አሳ ማጥመድ አለብህ። ከዚያም ተለቅ ያለ ጀልባ መግዛት ትችላለህ። ከዚያ በአሳ ጠመዳ የምታሳልፈውን ጊዜህን ትንሽ ጨመር

በማድረግ በርካታ ጀልባዎችን ትገዛለህ፡፡ ከጥቂት ጊዜ በኋላ ብዙ ጀልባዎች ይኖሩሃል፡፡ ከዚያም ዋና አከፋፋይ መሆን ትጀምርና ለአሳ ጠመዳ በምትወስደው ጊዜህ ላይ ጥቂት ጨመር በማድረግ የራስህን ፋብሪካ ትከፍታለህ፡፡ ከዚያም ከዚህች መንደር ትወጣና ወደ ሜክሲኮ ዋና ከተማ ትገባለህ፣ ከዚያ ወደ ሎስ አንጀለስ፣ ቀስ በቀስም የአለም የገበያ ማእከል ወደሆነችው ወደ ኒውዮርክ በመግባት ታላቅ ሰውና ሚሊየነር ትሆናለህ፡፡" ሜክሲኮአዊው በመገረም፣ "ይህ የምትለው ጉዳይ ስንት ጊዜ ይፈጃል?" አለው፡፡ አሜሪካዊውም፣ "ከ20 እስከ 25 ዓመታት ይፈጃል" አለው፡፡

ሜክሲኮአዊውም መልሶ፣ "ከ25 ዓመታት በኋላ እዚያ ደረጃ ከደረስኩ በኋላስ?" አለው በፍጥነት፡፡

አሜሪካዊው በመሳቅ፣ "ያን ጊዜማ የሚያጓጓ ነገር ውስጥ ትገባለህ፡፡ ትክክለኛውን ጊዜ ጠብቀህ ይህንን የገነባኸውን ንግድ ለሕዝብ በማቅረብ አክሲዮን ትሸጥና ብዙ ቢልየን ብር በማግኘት እጅግ ባለጠጋ ትሆናለህ፡፡"

አሁንም ሜክሲኮአዊው መልሶ፣ "በቢልየን የሚቆጠር ብር ካገኘሁ በኋላስ" አለው፡፡

"ከዚያማ ጡረታ ትወጣና ወደነበርክበት የባህር ወደብ ከተማ ትመለሳለህ፡፡ አሁን እንደምታደርገው ጠዋት በቂ እረፍት ትወስዳለህ፣ በቂ አሳ ካጠመድ በኋላ ከልጅ ልጆችህ ጋር ትጫወታለህ፣ ከዚያም ከባለቤትህ ከማሪያ ጋር ጣፋጭና አጭር የቀን እንቅልፍ ትወስዳለህ፣ ከዚያም ወደ ከተማ ወጣ ትልና ከጓደኞች ጋር ሻይ እየጠጣህ ጊታርህን መታ መታ ታደርጋለህ"፡፡ ሜክሲኮአዊው ተገረመ፡፡ በሃሳቡ፣ "አሁን የምኖረውን የተረጋጋ የሕይወት ሁኔታ ከ25 ዓመታት ልፋት በኋላ ለማግኘት ምን አስሮጠኝ" ብሎ በማሰብና በአሜሪካዊው ሃሳብ ስቆ መንገዱን ቀጠለ፡፡

ይህ አጭር ታሪክ በሁለቱ የተለያዩ አገር ዜጎች መካል ያለውን የባህል ልዩነት በግልጽ ያሳየናል፡፡ ጊዜ፣ ገንዘብ፣ እረፍትና የመሳሰሉት ሁኔታዎች አንጻራዊ ናቸው፡፡ አንጻራዊ ያደረጋቸውም የባህል እይታ ነው፡፡ አንዲቷንም ደቂቃ ማባከን እንደሌለበት እየተነገረውና እየተመለከተ ያደገ አንድ ሰውና ለጊዜ ያለው ግንዛቤና የፈለገውን ነገር በፈለገው ጊዜ አድርጎ ዘና ብሎ መኖርን በለመደ ባህል ውስጥ ያደገ ሰው ሁለቱ የሚኖራቸው የጊዜ መረዳት የተለያዩ ናቸው፡፡ ባህል በጊዜ አጠቃቀማችን ላይ በርካታ

የሆኑ ተጽእኖዎች አሉት - አንዳንዶቹ አሉታዊ፣ ሌሎቹ ደግሞ አዎንታዊ፡፡ በዚህ በሶተኛው ክፍላችን ውስጥ በሚገኙት ሶስት ምእራፎች ውስጥ ጊዜን ከባህላዊ እይታ አንጻር እንመለከታለን፡፡

ማሳሰቢያ፡- ከባህልና ከማህበራዊ ጥናት አንጻር የተደረጉ ጥናቶች በአብዛኛው መነሻቸው ከኢትዮጵያ ውጪ ስለሆነና ጽንሰ-ሃሳቦቻቸው የተሰፉፉት በሌላ ቋንቋ ስለሆነ ወደ አማርኛችን ስመልሰው ማንም ሰው ሊረዳው በሚችለው ቀላልና የእለት እለት ቋንቋ መጠቀምን መርጫለሁ፡፡ በዚህ ክፍል ውስጥ የተካተቱትን ከባህል ጋር የሚያያዙ ጽንሰ-ሃሳቦች አንባቢዬ የእንግሊዝኛውን ቋንቋ ጥልቅ ትርጉም አብሮ በመመልከት ግንዛቤውን እንዲያሰፋ አበረታታለሁ፡፡

- 10 -

ጊዜና አውድ

በተለያዩ አገሮች መካከል የሚታዩ የኑሮ ዘይቤ ልዩነቶች ዋነኛ ምንጩ ባህል ነው፡፡ ባህል የአንድን ሕብረተሰብ የኑሮ ዘይቤ የሚወስን ጉዳይ ነው፡፡ ይህ የባህል ልዩነት በጊዜ አጠቃቀም ላይም ታላቅ የሆነ ተጽእኖ አለው፡፡ ባህል የአንድን ሕብረተሰብ የጋራ አስተሳሰብ፣ አደራረግና ሌሎቹንም የቀን ተቀን እንቅስቃሴዎች የሚነካ ጉዳይ ነው፡፡ በአጭሩ ባህል ማለት አስተሳሰብና አመለካከት፣ እንዲሁም ከዚያ የመነጨ የአደራረግ ዝንባሌ ነው ብንል አንሳሳትም፡፡ እንግዲህ ይህ ባህል የተሰኘ የአንድ ሕብረተሰብ የአስተሳሰብ እና የኑሮ ዘይቤ በጊዜ አጠቃቀሙ ላይም ተጽእኖ ማምጣቱ አይቀርም፡፡

በዚህ ምእራፋችን ውስጥ የምንመለከተው በተለያዩ አዋቂዎች የተደረጉ ጥናቶች የሚያመላክቱንን አንዳንድ የባህል እይታዎችና የእነዚህም ባህላዊ አመለካከቶች በጊዜ አጠቃቀም ላይ ሊኖራቸው የሚችለውን ተጽእኖ ነው፡፡ ከሁሉ በፊት የምንመለከተው አውደ-ብዙ (High context) እና አውደ-ጥቂት (Low context) ባህላዊ ንጽጽርን ነው፡፡ የዚህን የባህል ንጽጽሮች በሚገባ መገንዘብ አስፈላጊ ነው (ምንጭ፡- http://online.seu.edu/high-and-low-context-cultures/)

አውደ - ብዙ እና አውደ - ጥቂት ባህል

አውደ-ብዙ (High context) ባህላዊ ልምምድ ካላቸው አገሮች መካከል ኢትዮጲያ አንዷ ናት፡፡ አውደ-ብዙ ባህል ባለበት ማህበረሰብ ውስጥ በቤተሰብ መካከል ያለ ዘርፈ-ብዙ የግንኙነት መረብና የቤተሰብ ትስስር ይንጸባረቃል፡፡ ሰዎች ከቤተሰብ አባላቸው

ጋር፣ ከጓደኞቻቸው ጋር፣ ከስራ ባልደረቦቻቸውና ከዚያም አልፎ ከደንበኞቻቸው ጋር እጅግ የቀረበና የጠበቀ ግንኙነት አላቸው:: በእነዚህ “ወዳጆቻቸው” ሕይወት ጉዳይ ላይ ሰፊ የሆነን መረጃ መያዝ የተለመደ ነው:: ይህ መረጃና መቀራረብ፣ ባላቸው ግንኙነት ላይ ጣልቃ የመግባት ዝንባሌ አለው፣ ወይም ጣልቃ እንዲገባ ይፈቀድለታል:: አውደ-ብዙ ባህል በሰፈነበት አካባቢ በአንድ ሰው ሕይወት ውስጥ የሚከናወን ማንኛውም ነገር በዚያ ሰው ብቻ ተወስኖ አይቀርም፤ በዙሪያው ካሉ ሰዎች አንጻርና ከዚያ አውድ አንጻር ብዙ ትርጉሞችን ያቅፋል::

አውደ-ጥቂት (Low context) የባህል ዝንባሌ ካላቸው አገሮች መካከል እንደ ሰሜን አሜሪካ፣ ጀርመንና በአብዛኛው ምእራባውያን እንደምሳሌነት ሊጠቀሱ ይችላሉ:: አውደ-ጥቂት ባህል ባለበት ሕብረተሰብ አካባቢ ሰዎች የግል ሕይወታቸውን ለግላቸው የማኖር ዝንባሌ አላቸው:: ወዳጅነታቸውም እንዲሁ ውስንና ገደብ የተቀመጠለት ግንኙነት ነው:: ሰዎች ምንም ያህል ቢቀርቧቸውም እንኳ የግል ሕይወታቸውን አስመልክቶ ጣልቃ የመግባታቸው ጉዳይ ላይ መስመር ያበጁለታል:: ለእያንዳንዱ ክስተት ወይም የግንኙነት ሂደት ራሱን የቻለ ግንኙነት መስመር ይመሰርቱለታል እንጂ እንደው ከአንድ ሰው ጋር ወዳጅ ስለሆኑ ብቻ በዚያ ሰው ሕይወት ውስጥ እንደፈለጉ ገባ ወጣ አይሉም::

ለምሳሌ፣ አንድ አውደ-ጥቂት ባህል ባለበት ሕብረተሰብ ውስጥ የሚኖር ሰው ወደ ቤቱ ሰዎች ጋብዞ ጥሪ ቢያስተላልፍ፣ ከጥሪው ጋር ስለ ግብዣው ጥርት ያለ ገለጻን ያደርጋል:: የግብዣው አውድ ግልጽ ብሎ መብራራት አለበት:: በአውደ-ብዙ ባህል አካባቢ በአብዛኛው ጥሪው ብቻ ነው የሚተላለፈው ምክንያቱም ባህሉ አውዱን ቀድሞውኑ አስቀምጦታልና ነው:: አንድ ግብዣ ሲደረግ ተጋባዡ የሚጠብቃቸው ነገሮች ባህሉ ባስቀመጣቸው ዘርፈ-ብዙ አውዶች ውስጥ ተካትቶ ይገኛል::

ለዚህ ነው አውዳቸው አናሳ በሆነባቸው አገሮች አካባቢ እንደ ግብዣና በመሳሰሉት ማህበራዊ እንቅስቃሴዎች ዙሪያ ብዙ የመቀያየምና የስሜት ግጭቶች የማይታየው:: ጋባዡም ሆነ ተጋባዡ ከእሱ ምን እንደሚጠበቅና እንደማይጠበቅ በሚገባ ስለሚነጋገር መግባባትን ያጠነክራል:: የበዛ አውድ ባላቸው አገሮች በሚኖሩ ማህበራዊ እንቅስቃሴዎች ውስጥ ብዙ የስሜት ውጣ ውረዶች ይጨመሩባቸዋል::

ሌላ ምሳሌ እንውሰድ፡፡ በአውደ-ጥቂት ባህል አካባቢ እያንዳንዱ ቃላት ትርጉም አላቸው፡፡ ከአንድ ግንኙነት ወይም ከአንድ ዝግጅት የሚጠበቀውን ነገር በቃላት ቁልጭ አድርገው ያስቀምጡታል፡፡ ሰሚዎቹም በተነገራቸው መሰረት ነው ገደባቸውን አውቀው የሚሰማሩት፡፡ በአውደ- ብዙ ባህል አካባቢ ቃላት ብዙም ትርጉም የላቸውም፤ ስለዚህ ሰዎች "ልቅ" የሆነን ንግግር ሊናገሩና ሰሚውም ያን ያህል በቁም ነገር ላይወስደው ይችላል፡፡ ለምሳሌ፣ በአውደ-ብዙ ባህል አካባቢ፣ "በኋላ እንገናኛለን" ማለት ምንም ማለት አይደለም፣ ስለሆነም ሰዎች ያንን ተባብለው ይለያዩና በኋላ ሊገናኙም ላይገናኙም ይችላሉ፡፡ በአውደ-ጥቂት ባህል አካባቢ ግን ከዚህ ንግግር በኋላ በስንት ሰዓት እንደሚገናኙ ገለጻ ካልተደረገ ለሰሚው ግር ይላል፡፡

እንግዲህ ይህ በአውድ ዙሪያ የሚገኘው ባህላዊ አመለካከት በጊዜ አጠቃቀማችን ላይ ተጽኖ እንዳለው በማሰብ አመለካከትን፣ አስፈላጊ ከሆነም ጎጂ ባህልን ለመለወጥ መሞከር እጅግ አስፈላጊ ነው፡፡ ባህል በጊዜ አጠቃቀም ላይ ይህ ነው የማይባል ተጽእኖ አለው፡፡ አብዛኛው ጊዜ በጊዜ አጠቃቀማችን ላይ ምንም ተጽእኖ የላቸውም ብለን የምናስባቸው ባህላዊ ልማዶችና አመለካከቶች ቀረብ ብለን ስናስተውላቸው ጥቅማቸውን ወይም ጠንቃቸውን እናገኘዋለን፡፡ ምንም እንኳ ከላይ ከተጠቀሰው ባህላዊ እይታ ጋር ተመሳሳይነት ቢኖራቸውም፣ ሳንጠቅስ ማለፍ የማንችላቸው ሌሎች ከአውድ ጋር ሊዛመዱ የሚችሉ ባህላዊ ተጽእኖዎች የሚከተሉት ናቸው፡፡

የመደብ ልዩነት

አንዳንድ ባህሎች ሕብረተሰቡን በእውቀት፣ በሃብት፣ በዝናና በመሳሰሉት ሁኔታዎች በመሸንሸን አንዱን የከበረና ከፍተኛ መደብ ሲሰጡት፣ ሌላኛውን የሕብረተሰብ ክፍል ደግሞ የወረደና ዝቅተኛ መደብ በመስጠት የመደብ ልዩነትን (Power Distance) ይፈጥራሉ፡፡ በአብዛኛዎቹ ምእራባውያን አገሮች ሰዎች ምንም እንኳ ግልጽ የሆነ የብልጽግናና የእውቀት ልዩነት ቢኖራቸውም ሰዎቹን እኩል የማየት ዝንባሌ ጎልቶ ይታያል፡፡ ምናልባትም በውስጣቸው የመደብ ልዩነቱን ቢያሰላስሉትም በግልጽ እንዲያሳዩት የባህሉ ድባብ አይፈቅድላቸውም፡፡ በሌሎች ሃገሮች ደግሞ በሕብረተሰቡ መካከል ሰዎች ባላቸውና ናቸው ተብለው በሚታወቁበት "ከፍታቸው" የተለየ ትኩረት ይሰጣቸዋል፡፡ ለምሳሌ፣ በሃገራችን ውስጥ ይህ የመደብ ልዩነት ጎልቶ ይታያል፡፡

ይህ አይነቱ የመደብ ልዩነትና አመለካከት በሰዓት አጠቃቀም ላይ ጣልቃ ሲገባ ማየት የተለመደ ነው:: ለምሳሌ፣ ይህ አይነቱ ሰዎችን በመደብ በመከፋፈል የማስቀመጥ ዝንባሌ ባላቸው አገሮችና ባህሎች ውስጥ "ከበርቴው"፣ "ተራ" ከተባለው ሰው ጋር ያለውን ቀጠሮ ዘና ብሎ ነው የሚመለከተው:: "ዝቅተኛው" ሰው ሰዓቱን ቆጥሮና ሰውየውን አክብሮ በሰዓቱ ወይም ቀድሞ ሲገኝ፣ "ከፍተኛው" ግን ካለው "ክብር" የተነሳ ዘግየት ብሎ ነው የሚደርሰው::

ይህ ሰዎችን በመደብ በመከፋፈል የሚያስተናግድ ባህላዊ ዝንባሌ ሕብረተሰቡ ለጊዜ ያለው እይታ ከመበከሉም ባሻገር ምርታማነትን ይነካል:: ሰዎች ሰዓት ማክበራቸውንና አለማክበራቸውን የሚወስኑት ከሚያስተናግዱት ሰው የመደብ ክፍል አንጻር ሲሆን ተጽእኖው ከሚስተናገደው ሰው እልፎ በመሄድ ጊዜንና ውጤታማነትንም ጭምር ይነካል::

"ግላዊነት" እና "ማሕበራዊነት"

"ግላዊነት" (Individualism) በሰፈነበት ባህል ውስጥ በሰዎች መካከል ያለ ትስስር የላላ ነው:: ሁሉም ሰው የራሱን ጉዳይ ሲከታተልና ስለግሉ ጉዳይ ብቻ ግድ ሲለው ይንጸባረቃል:: "ማሕበራዊነት" ባለበት ባህል ውስጥ ሰዎች ከዘመድ፣ ከጎረቤትና በማንኛውም የየዕለት ኑሮ ከሚገናኙት የሕብረተሰቡ ክፍል ጋር ሊለያይ የማይችል ትስስር ይታያል::

ይህ ትስስር በእያንዳንዱ የግለሰቡ እንቅስቃሴ ላይ ጣልቃ ይገባል፣ ውሳኔ ሁሉ "ሰው ምን ይላል" ከሚለው ባህላዊ ተጽእኖ አንጻር ስለሚወሰን ማለት ነው:: የሃገራችን ባህል "ማሕበራዊነትን" የማጉላት ዝንባሌ ሲኖረው አብዛኛዎቹ ምእራባውያን አገሮች "ግላዊነት" ይታይባቸዋል:: እነዚህ ሁለት የባህል ጽንፎች የራሳቸው የሆነ ጥቅምም ሆነ ጉዳት አላቸው::

"ማሕበራዊነት" (Collectivism) በሰፈነበት አካባቢ አንድ ሰው አደርገዋለሁ ያለውን ነገር በወቅቱ ካላደረገው ወይም እገኛለሁ ባለበትን ሰዓት አክብሮ ካልተገኘ ሌላኛው ወገን ካለው ማህበራዊ ትስስርና ቅርበት የተነሳ "ሊገነዘበው" እና ሊታገሰው ይገባል የሚል ዝንባሌ አለ:: በተመሳሳይ ሁኔታ አንድ ሰው ለወዳጁ ከዚህ በፊት በአንድ ወቅት

በዋለለት ውለታ ምክንያት ለዘለቄታው ግራና ቀኝ የማይል ታማኝነትን ይጠብቃል፡፡

ይህ አይነቱ ዝንባሌ "ግለኝነት" በኃላባቸው ማህበረሰቦች አካባቢ የማይታሰብ ነው፡፡ ምክንያቱም፣ በመጀመሪያ፣ ያላቸው ማህበራዊ ትስስር አናሳ በመሆኑ ነው፡፡ በመቀጠልም ደግሞ ሊኖረውም የሚችለው ውስን ማህበራዊ ትስስር ትርጓሜ እጅግ ለየት ያለ በመሆኑ ነው፡፡

"እርግጠኝነት" እና እርግጠኛ አለመሆን

አንዳንድ ባህሎች በሁሉ ነገር ውስጥ እርግጠኝነትን (Uncertainty Avoidance) ይፈልጋሉ፡፡ አንዳንድ ባህሎች ደግሞ እርግጠኛ ሳይሆኑ (Tolerance for Uncertainty) የመኖር ችግር የለባቸውም፡፡ እርግጠኛነትን በሚፈልግ ባህል ውስጥ ሁሉም ነገር መመሪያ አለው፣ መመሪያውም ግልጽ በሆነ መልኩ ተቀምጧል፡፡ ለምሳሌ፣ አንድ ሰው የአንድ ስብሰባ ጥሪ ሲደርሰው የስብሰባው መጀመሪያ ሰዓት ብቻ ሳይሆን መጨሻውም ይገለጻል፡፡ በሌላ አባባል በእያንዳንዱ ግንኙነት ውስጥ ተሳታፊው ምን እንደሚጠብቅ ያውቀዋል፡፡

ሌላ ምሳሌ ብንወስድ፣ "የእርግጠኛነት" ባህል ባላቸው አገሮች መስሪያ ቤቶች ያላቸው ፖሊሲ በማያዳግም መልክ ቁልጭ ብሎ ሰፍሮ ይገኛል፡፡ ስለሆነም፣ አንድ ሰው ወደዚያ መስሪያ ቤት ተቀጥሮ ሲገባ ከሁሉ በፊት የመስሪያ ቤቱን ስርአትና ደንብ ጠንቅቆ እንዲያውቅ ነው የሚደረገው፡፡ እርግጠኛ አለመሆንን "በሚታገስ" ሕብረተሰብ መካከል አንድ ሰው ወደ አንድ መስሪያ ቤት ሲቀጠር በቅድሚያ ማህበራዊ ትስስር ውስጥ ነው የሚገባው፡፡ ይህ ማህበራዊ ትስስር ሲኃላ ተቀጣሪው ሊያውቃቸውና ሊያከብራቸው በሚገባው ነገሮች ላይ ጥላ ያጠላበታል፡፡

ስለሆነም፣ ሃላፊው ሳያስበው አዲስ ተቀጥሮ የገባውን ሰው በቅርቡ ከጀመረው የማህበራዊ ትስስርና ወዳጅነት አንጻር ማስተናገድ ይጀምራል፡፡ ይህ "ወዳጅ-ተኮር" መስተንግዶ ከሰራተኛው ምን እንደሚጠበቅ በእርግጠኛነት ከመግለጽና ግራና ቀኝ በማይል ሃላፊነት ከመያዝ ይልቅ በቸልተኝነትና "ግንኙነታችንን እንዳያበላሸ" ከሚል እይታ አንጻር እንዲያዝ መንገድን ይከፍታል፡፡ እንደውም አንዳንድ ጊዜ፣ የድርጅቱ ስራ አስኪያጅ እንኳ ስለመስሪያ ቤቱ ደንብ በእርግጠኝነት ለመናገር ሲያዳግተው

ይስተዋላል፡፡

ሌላ ምሳሌ እንውሰድ፣ እንደ ሃገራችን እርግጠኛ አለመሆን በተለመደበት አካባቢ ሰዎች ሲቀጣጠሩ፣ "ከአስር ሰዓት በኋላ እንገናኝ" ሲሉ ሊደመጡ ይችላሉ፡፡ እርግጠኝነትን በሚፈልግ ባህል ውስጥ ይህ አይነቱ ቀጠሮ ተቀባይነት የሌለውና ግራ የሚያጋባ ነው፡፡ ሰዎቹ ግልጽ ያለና ግራ የማያጋባ ቀጠሮን መያዝ ይፈልጋሉ፡፡ ምክንያቱም ጊዜአቸውን በሚገባ ለመጠቀም ስለሚመቻቸው ነው፡፡ የአንዱ ቀጠሮ በእርግጠኝነት አለመመደቡ በሚቀጥለው ቀጠሯቸው ላይ ተጽእኖ እንደሚያሳድርበት በሚገባ ያስባሉ፡፡

"ሁሉን-አቀፍ" ባህል እና "ሁኔታዊ" ባህል

"ሁሉን አቀፍ" (Universalism) የባህል ዝንባሌ ካላቸው አገሮች መካከል እንደ አሜሪካ ያሉ ምእራባውያን በዋነኛነት ይጠቀሳሉ፡፡ እንደ ሃገራችን ኢትዮጵያ ያሉ ሃገሮች "ሁኔታዊ" (Particularism) አመለካከትን ያቀፉ ሃገሮች ናቸው፡፡ በ"ሁሉን-አቀፍ" እና በ""ሁኔታዊ" መካከል ያለው ልዩነት "በአንድ ሕብረተሰብ ውስጥ ቅድሚያ የሚሰጠው ሕግ ነው ወይስ ወዳጅነት?" በሚለው ጥያቄ ዙሪያ ያጠነጠነ ነው፡፡ የ"ሁሉን አቀፍ" አመለካከት ባላቸው ሕብረተብ ውስጥ ግንኙነትን የሚመራው "ሁሉን አቀፍ" የሆነ ሕግ ነው፡፡ ስለዚህም፣ አንድ ሰው ምንም ያህል እያወቅነውና እየቀረብነው ብንመጣ ለሁሉም ሰው የሚሰራው ሕግ ለእርሱም ይሰራል፡፡

ማንኛውም ነገር ሊደረስበት፣ መልስ ሊገኝለት፣ ትክክለኛውና ትክክል ያልሆነው ነገር ሊለይ ይችላል ብለው የሚያምኑ ሕብረተሰቦች "ሁሉን አቀፍ" አመለካከት ያላቸው ናቸው ተብሎ ይታመናል፡፡ እንደዚህ ያለ ባህል ያላቸው ማህበረሰቦች ሁሉን ነገር ቁልጭ ባለ ሕግ የማሰርና እንዲከበርም የመጠበቅ አቋም አላቸው፡፡ በተቃራኒው፣ አንድን ነገር በሕግና ትክክል የሆነውንና ያልሆነውን በሚለይ ስርአት ከመምራት ይልቅ ነገሮችን ከአንድ ሰው ጋር ካለን ቅርበት አንጻር ሁኔታዊ በመሆን መልኩ መያዝ አለበት የሚለው አመለካከት "ሁኔታዊ" ይባላል፡፡

ለምሳሌ፣ እንደ አሜሪካን ባለው "ሁሉን አቀፍ" አመለካከት በሰፈነበት ማህበረሰብ ውስጥ እያንዳንዱን ተግባር በሕግና በኮንትራት የማሰር ዝንባሌ አላቸው፡፡ ትክክለኛው፣ እውነታውና መስመር የያዘው ነገር ሊታወቅ፣ ሊዳብርና በእያንዳንዱ ስራችን ላይ

ተግባራዊ መሆን ይችላል፣ መሆንም አለበት ብለው ያምናሉ፡፡ ከዚህ አመለካከታቸው የተነሳ፣ ለምሳሌ በንግዱ ዓለም፣ ግልጽ በሆነ፣ ሁሉን አቀፍና ማንኛውንም ሊከሰት የሚችል ችግር የሸፈነ ኮንትራት በመፈራረም ሲንቀሳቀሱ ይስተዋላሉ፡፡

ይህ የኮንትራት ውል ደግሞ እንደ ሰውየው ቅርበትና ወዳጅነት የሚወሰን ሳይሆን "ሁሉን-አቀፍ" የሆነ ነው፡፡ በተቃራኒው እንደ ሃገራችንና እንዲሁም እንደ ቻይና ባሉ የ"ሁኔታዊ" አመለካከት በሰፈነባቸው ሃገሮች ሰዎች ቀድሞ የሚታያቸው ወዳጅነቱ ነው፡፡ የአንድን ውሳኔ ትክክለኛነት የሚወስኑት በጽሁፍ ከሰፈረው ሕግ፣ ደንብና ስምምነት አንጻር ሳይሆን በእለቱ ካለው ሁኔታና በተቃራኒ ወገን ባሉት ሰዎች መካከል ካለው ቅርበትና ርቀት አንጻር ነው፡፡ ስለዚህም፣ ሁኔታዎችና ወዳጅነት ሲለወጥ ሕጉም ከዚያው ጋር አብሮ ይለወጣል፡፡ ለእነዚህ "ሁኔታዊ" አመለካከት ላላቸው አገሮች የዚያ ግለሰብ"ሁኔታ" ነው የግንኙነትና የስምምነቱን ትርጉም የሚወስነው፡፡ ለዚህ ነው ጽንሰ-ሃሳቡን "ሁኔታዊ" ብለን የሰየምነው፡፡

ሌላ ምሳሌ፡- አንድ "ሁሉን አቀፍ" አመለካከት ባለበት አካባቢ ያለ ሰው ከሌላ "ሁኔታዊ" አመለካከት ካለው ሰው ጋር ቀጠሮ ቢይዝ፣ "ሁሉን አቀፍ" እይታ ያለው ሰው ምንም ነገር ቢያጋጥመው እንኳ በሰዓቱ የመድረስ ዝንባሌ አለው፡፡ የማይደርስ ከሆነ አስቀድሞ የማሳወቅና ይቅርታም የመጠየቅ ሁኔታን ያሳያል፡፡ ምክንያቱም፣ ቀጠሮ የያዘበትን ሰዓት እንደ ሕግና በሁለቱ ሰዎች መካከል እንደተቀመጠ መመሪያ "ኮንትራት" እንደሆነ ስለሚያስበው ነው፡፡ ይህ ሰው ግን እሱ በሰዓቱ ተገኝቶ ያኛው ባለቀጠሮ ካለምንም ቅድመ-ሁኔታ ቢዘገይ ወይም ባይመጣ ከዚያ ጊዜ ጀምሮ ይህንን ሰው ለማግኘት ፍላጎቱን እስኪያጣ ድረስ ቅሬታን ይፈጥርበታል፡፡

በተቃራኒው፣ "ሁኔታዊ" ባህል ያለው ሰው ቀድሞውኑ የቀጠሮውን ሰዓት ዘና ባለ መልኩ ነው የሚያየው፡፡ ስዚህም ወደዚያ ቀጠሮው ለመሄድ ሲዘጋጅ ሳለ ሌላ ማህበራዊ ነገር ጣልቃ ቢገባበት ለዚያ በወቅቱ ለተከሰተው ሁኔታ ምላሽን ይሰጣል፡፡ ስዚህም የቀጠረውን ሰው ሲያገኘው ያንን ያጋጠመውን ነገር ጠቀስ በማድረግ ብቻ ካለምንም ችግር ተግባሩን ሊቀጥል እንደሚችል ያስባል፡፡ ይህ ሰው በሰዓቱ ተገኝቶ ባለቀጠሮው ሰው በሰዓቱ ባይገኝም እንኳ ካለው ግንኙነት አንጻር በቀላሉ ያልፈዋል፡፡ እንደውም ብዙ ሰዓት መጠበቁን የበለጠ ወዳጅነቱን የማጠናከሪያ መንገድ አድርጎ ሊወስደው ይችላል፡፡

የባህል ተጽእኖ ዘርፈ-ብዙ የሆነ ጉዳይ ከመሆኑም ባሻገር በማንኛውም የሕይወታችን አቅጣጫ ጣልቃገብነት ያለው እውነታ ነው፡፡ ስዚህም፣ ተጨማሪ ባህላዊ እይታዎችን ማጤን አስፈላጊ ስለሆነ በሚቀጥለው ምእራፍ ይህንኑ እናደርጋለን፡፡

- 11 -

ጊዜና ተጨማሪ ባህላዊ እይታዎች

በቀደመው ምእራፍ ለመግለጽ እንደተሞከረው፣ የተለያዩ አገሮች የራሳቸው የሆነ ባህላዊ ዝንባሌ አላቸው:: ይህ ባህላዊ ዝንባሌ ደግሞ በጊዜ አጠቃቀም ላይ ልንክደው የማንችለው ስፍራ አለው:: በዚህኛው ምእራፋችን ከዚሁ ከባህላዊ አመለካከት ጋር የሚነካኩና የጀመርነውን ሃሳብ ሰፋ ባለ መልኩ እንድናየው የሚረዱንን ሁለት ዝንባሌዎች እናጤናለን:: በቅድሚያ የምንመለከተው ሃሳብ "ቅደም-ተከተል" (Sequential) እና "ውህደት" (Synchronic) የተሰኙትን በአለም ላይ የሚታወቁትን ሁለት የሰዓት አጠቃቀም ዘይቤዎች ነው:: በመቀጠልም ከዚሁ እይታ ጋር ቅርበት ያላቸውን "ሞኖክሮኒክ" (Monochronic) እና "ፖሊክሮኒክ" (Polychronic) የተሰኙትን ሌሎች የዝንባሌ ጥጎች እናጤናለን

ቅደም-ተከተል እና ውህደት

የቅደም-ተከተል (Sequential) እና ውህደት (Synchronic) ባህላዊ ዝንባሌዎች በጊዜ ላይ ያለንን አመለካከት የሚነኩ ሁኔታዎች ናቸው (ምንጭ:- https://www.globalizen.com/sequential-vs-synchronic-time-perception/)::

የቅደም-ተከተል (Sequential) ባህል

ይህ አይነቱ የጊዜ አጠቃቀም ዝንባሌ ካላቸው አገሮች መካከል የምእራባውያን አገሮች እንደምሳሌነት ሊጠቀሱ ይችላሉ:: የዚህ አይነቱ የሰዓት አጠቃቀም ዘይቤን የሚጠቀሙ

ማህበረሰቦች ሰዓትን ከተግባር ጋር በማቀናጀት ቅደም ተከተሉን በጠበቀ ሁኔታ ይጠቀሙበታል። በአንድ ጊዜ አንድ ነገር ማድረግ ከመፈለጋቸውም ባሻገር፣ ለአንድ ተግባር በቂ ዝግጅትንና እቅድን ማድረግን ይመርጣሉ። አንድ ጊዜ እቅድ ከወጣ በኋላም ያንን እቅድ ግራና ቀኝ ሳይሉ በመከተል ያምናሉ። ስለዚህም፣ በሰዓት ለተቀጠረና በጊዜ ገደብ ውስጥ ለተቀመጠ ነገር ግራና ቀኝ የማይል ትኩረትን ይሰጣሉ። በቀጠሮ መገኘትና የአንድን ነገር የሰዓት ገደብ መጠበቅ እንደ ግዴታ ነው።

ለምሳሌ፣ አንድን ስራ በማከናወን ላይ ያለን የቢሮ ሰራተኛ ባለጉዳይ በድንገት መጥቶ ሊያነጋግረው ቢሞክር የያዘውን ስራ ወይም ቀድሞ በማነጋገር ላይ ያለውን ሰው እስኪጨርስ ድረስ ምላሽ ላይሰጠው ወይም በይቅርታ ሊያልፈው ይችላል። ይህ ሁኔታ የውህደት ዝንባሌ ካለበት አካባቢ ለመጣ ሰው የግድ የለሽነትና የንቀት ምልክት ነው። ይህ የተናቀ የመሰለው ሰው ግን ያላስተዋለው ነገር አለ።

ለእርሱ ምላሽ ለመስጠት የቢሮ ሰራተኛው የግድ ሌላውን ተግባር ወይም ቀድሞ የመጣውን ባለጉዳይ መበደል እንዳለበት ነው። እርሱ፣ ነገሮችን ሁሉ ከግል ሁኔታ አንጻር ብቻ የማየትና ነገሮችን በማዋሃድ ምንም ነገር በማንኛውም ሰዓት ሊደረግ ይችላል ወይም መደረግ አለበት የሚል ዝንባሌ ስላለው፣ በደረሰበት ሰዓት መስተንግዶን ለማግኘት ይጠብቃል።

የውህደት (Synchronic) ባህል

ይህ አይነቱ የሰዓት አጠቃቀም ዝንባሌ ከሚታይባቸው አገሮች መካከል የአፍሪካ አገሮች በቀደምተኝነት ይጠቀሳሉ። በእነዚህ አገሮች የሚኖሩ ሰዎች ሰዓትን እንደ አንድ የጨዋታ ሜዳ ነው የሚያዩት። በዚያ ሜዳ ላይ በአንድ ጊዜ ምንም አይነት ነገር ሊከናወን ይችላል። የመጣውን ገጠመኝ ሁሉ በማዋሃድ ይህንና ያንን በማድረግ ልቅ ሆኖ የሚነዳ ዘይቤ የለሽ "ዘይቤ" ነው። አንድ የሰዓት ቀጠሮ ወይም የጊዜ ገደብ የተቀመጠለት ጉዳይ እንደአስፈላጊነቱ የመቀየሩ ሁኔታ እጅግ ቀላልና የተለመደ ነው። በሌላ አባባል የሰዓት ጉዳይ "የፍላጎት" እንጂ የግዴታ ጉዳይ አይደለም። ስለዚህም እቅዶች በቀላሉ ይለወጣሉ። የውህደት አመለካከት ያላቸው ሰዎች ሰዓትን ከማክበር ይልቅ ከሰዎች ጋር የማሳለፍና ለማህበራዊ ግንኙነት ቅድሚያ የመስጠት ዝንባሌ አላቸው።

ለምሳሌ፣ አንድ በቢሮ ጠረጴዛው ላይ የተቀመጠ የቢሮ ሰራተኛ ባለጉዳዩን እያነጋገረ የስልክ ጥሪ ሲመጣ ምንም አይነት ይቅርታን ሳይጠይቅ ስልኩን በማንሳት ከተነጋገረ በኋላ እንደገና ወደ ባለጉዳዩ ትኩረቱን ሊመልስ ይችላል። ይህ ተግባር የውህደት ባህል በተለመደበት አገር ላደገ ባለጉዳይ ምንም ባይመስለው፣ ቅደም- ተከተልን በሚያዘወትር ባህል ውስጥ ላደገ ሰው ግን እንደ ክፉና ለሰው ግድ የለሽ ዝንባሌ እንዳለው ይቆጠራል። በሃገራችን በርካታ ሰዎች መስተንግዶ ሊቀበሉ በተሰለፉበት አካባቢ ሰዎች እንደደረሱ የተሰለፈውን ሰው ሁሉ አልፈው የራሳቸውን ጉዳይ በቶሎ አከናውነው ለመሄድ ወደፊት የመጠራቀማቸውና የመጋፋታቸውም ዝንባሌ ከዚሁ ጋር የሚዛመድ ጉዳይ ነው።

እንግዲህ እንደ ሰሜን አሜሪካ ባሉ የቅደም-ተከተል (Sequential) ዝንሌ ባላቸው አገሮች አመለካከት ጊዜ ሊዋቀርና በቁጥጥር ስር ሊውል የሚችል ነገር እንደሆነ ይታመናል። በተቃራኒው እንደ አፍሪካ፣ መካከለኛው ምስራቅና ኢሲያ ባሉ ሁሉን የማዋሃድ (Synchronic) ዝንባሌ ባላቸው አገሮች የሰዓት አጠቃቀም ሁኔታዊ ነው። ቀጠሮና ፕሮግራም በፈለጉት ሰዓት ሊለወጥ የሚችል ነገር ነው ምክንያቱም ማህበራዊ ግንኙነቶች የበለጠ ትኩረት ስለሚሰጣቸው ነው።

"ነጠላ - ተግባር" እና "ሕብረ - ተግባር"

ከቅደም-ተከተል (Sequential) እና ውህደት (Synchronic) ባህላዊ ዝንባሌዎች እይታ ጋር ተቀራራቢነት ያላቸው ሌላ የባህላዊ ልምምድ አገላለጾች"ነጠላ-ተግባር" (Monochronic) እና "ሕብረ-ተግባር" (Polychronic) የተሰኙት ናቸው (ምንጭ:- http://www.professionalglobaletiquette.com/2016/02/cultural-differences-between-monochronic-vs-polychronic/)።

"ነጠላ - ተግባር" (Monochronic)

"ነጠላ-ተግባር" (Monochronic) ባህል ካላቸው አገሮች መካከል ሰሜን አሜሪካና ጀርመን በዋነኝነት ይጠቀሳሉ። በዚህ ባህል ውስጥ የሚኖሩ ሰዎች በጊዜ ላይ ካላቸው እይታ አንዱና መሰረታዊው ነገር በአንድ ጊዜ አንድ ተግባር ላይ የማተኮር አመለካከት ነው። በተጨማሪም፣ በአንድ ጉዳይ ላይ አስፈላጊው ትኩረት ተሰጥቶትና ፈጣን ውሳኔ ተላልፎ ወደ እርምጃ ካልተሄደ ጊዜን ማባከን እንደሆነ የማሰብ ሁኔታ ነው።

ስለዚህም፣ አንድን የሚተገብሩትን ጉዳይ አስመልክቶ ያላቸው ግንኙነት ግልጽ፣ አጭርና ነጥቡን ያልለቀቀ ከመሆኑም ባሻገር ወደ ተግባር የሚመራ ነው። የዚህ ዝንባሌ መሰረታዊ መነሻው በአንድ ጊዜ በአንድ ነገር ላይ በማተኮር ስራን በተገቢው ሁኔታ የማከናወን ልማድ ነው።እነዚህ ሰዎች ጊዜን ሸንሽነው ከተለያዩ ተግባሮች ጋር በማዛመድ ነው የሚያዩት። እያንዳንዱ ሰከንድ፣ ደቂቃ፣ ሰዓትና ቀን ለየብቻው ሊታይና ሊዋቀር የሚችል ጉዳይ ነው። በአንድ ጊዜ አንድን ስራ መስራትንና ተግባሩ እስኪጠናቀቅ ድረስ የማተኮርና ስራውን ያለመልቀቅ ዝንባሌ አላቸው።

"ሕብረ-ተግባር" (Polychronic)

"ሕብረ-ተግባር" (Polychronic) ባህል ካላቸው አገሮች መካከል የአፍሪካ አገሮችና እንደ ህንድ የመሳሰሉ የኢስያ አገሮች በዋነኛነት ይጠቀሳሉ።በዚህ ባህል ውስጥ የሚኖሩ ሰዎች በጊዜ ላይ ካላቸው እይታ አንጻና መሰረታዊው ነገር በአንድ ጊዜ ብዙ ተግባሮችን የማቀላቀልና ጣልቃ የገባውን ጉዳይ ሁሉ እንደመጣ የማስተናገድ ዝንባሌ ነው። በዚህ ባህል ውስጥ የሚኖሩ ሰዎች አንድን ተግባር በተሰጠው የጊዜ ገደብ ከማከናወን ይልቅ አብሮ ከሚሰራው ሰው ጋር ያለውን ማህበራዊ ፍላጎት ከማሟላት አንጻርም ጭምር ይታያል።

የግንኙነቱን አብዛኛው ክፍል የሚይዘውና ቅድሚያ የሚሰጠው የስራው መከናወንና የተሰጠውን የሰዓት ገደብ መጠበቅ ሳይሆን ማህበራዊ ኑሮውና ግንኙነቱን የማጠናከሩ ጉዳይ ነው። ለእነዚህ ሰዎች ሰዓት እንደ አንድ መጀመሪያና መጨረሻ እንደ ሌለው ፈሳሽ ወንዝ ነው። በፈለጉት ሰዓትና በፈለጉት መልክ እየገቡ "ይዋኙበታል"፣ የፈለጉትንም ነገር እያደረጉ ይወጣሉ። የተዋቀረና መልኩን የያዘ የእቅድ ጫና እዲጣልባቸው አይፈልጉም።

እንግዲህ በመጠኑም ቢሆን ከላይ የተመለከትናቸው ሁለት ባህላዊ እይታዎችና ንጽጽሮች በጊዜ አጠቃቀም ላይ ይህ ነው የማይባል ልዩነት ያመጣሉ። ለምሳሌ፣ በሃገራችን ያለው ካለምንም ስርአት ያገኙትን በተገኘበት አጋጣሚ የማከናወን የውህደት ዝንባሌ በጊዜ አጠቃቀማችን ላይ ያመጣው ተጽእኖ ለማንም የተሰወረ አይደለም። ከዚህ የተነሳ የጊዜ አጠቃቀማችንን የሚወስነው ፊታችን የተደነቀረው ገጠመኝ ነው። ከዚያም በተጨማሪ፣

በባህላችን የሚያይለው የ"ሕብረ-ተግባር" (Polychronic) ባህላዊ ቅኝት ለማህበራዊ ትስስራችን የምንሰጠው ትኩረት በጊዜ ሊከናወኑ የሚገቡንን ለተግባሮች ከመንገድ በማውጣት የጊዜ አጠቃቀማችንን ሁኔታ እንዴት እንደሚያዛባው ለሁላችንም ግልጽ ነው።

ስለሆነም፣ ነገሮችን በቁጥጥር ስር ከማድረግ ይልቅ፣ እንዲሁ እንዲንከባለሉና እኛንም እንዲነዱን እንፈቅድላቸዋለን። ለብዙ ወራት የታቀደውና ብዙ ገንዘብ የወጣበት ዝግጅታችን የመከናወኛው ቀን ሲደርስ በሰዓቱ ተገኝቶ እንደታቀደው የሚያራምደው ሰው ስለማይገኝ ብቻ ውጤታማነቱ ይወርዳል ።

ቀድሞውኑ ፕሮግራሞቻችንን ለቤተሰብ፣ ለግልና ለማህበራዊው ጉዳይ ከሰጠነው ትኩረት አንጻር ቃኝተን የማደራጀቱ ልማድ ከሌለን፣ እንዳሻን ፕሮግራሞችን ካወጣን በኋላ እንዳሻን ወይ እንገኛለን ወይም ደግሞ አንገኝም። ይህ "ባህላችን" ደግሞ በስኬታማነታችን ላይ ያለውን አሉታዊ ተጽእኖ ካላስተዋልን ዑደቱ ከትውልድ ወደ ትውልድ ይዘልቃል።

ባህል፣ "ድምጽ አልባ ቋንቋ" በመባል ይታወቃል። የባህል ጉልበት ያለው ሰዎች ምንም ሳይነገራቸው ባህሉ ራሱ በዙሪያቸው ካስቀመጠው ድባብ የተነሳ አንድን ነገር ወደማድረግ ወይም ደግሞ ወዳለማድረግ በመምጣታቸው ውስጥ ነው። ስለዚህም በአንድ ሕብረተሰብ ውስጥ የሚኖሩ ሰዎች በሁለት ባህላዊ ተጽእኖ ስር ይወድቃሉ። እነዚህን ሁለት ተጽእኖዎች፣ "ኃይሎች" ብለን ልንጠራቸው እንችላለን። እነዚህ ሁለት ኃይሎች የሚቀጥለው ምእራፋችን ትኩረት ናቸው።

- 12 -

ጊዜና "የአሉታዊ ኃይል" ባህል

በሕብረተሰቡ መካከል ስንኖር ልንጠቀምባቸው የምንችላቸው ኃይሎች በሁለት ይከፈላሉ፣ "አሉታዊ" እና "አዎንታዊ"። ሰዎች አንድን የሚፈልጉትን ነገር ለማግኘት ከእነዚህ ከሁለቱ ኃይሎች አንዱን መምረጥ ይችላሉ። አንዳንድ ሰዎች በአሉታዊ ኃይል፣ ሌሎች ደግሞ በአዎንታዊ ኃይል መመራት ይወዳሉ። አንዳንድ ሰዎች ግን ለማግኘት እንደፈለጉት ውጤትና እንደገጠማቸው ሰው ሁኔታ ሁለቱንም "ኃይሎች" በማፈራረቅ ይጠቀማሉ።

አዎንታዊ ኃይል ብለን የምንጠራው ከሰዎች ጋር ባለን የእለት በእለት ኑሮ ቅንና ግልጽ የሆነን መንገድ የመጠቀምና ምንም አይነት ስውር የማስገደጃ ስነ-ልቦናዊ መንገዶችን ከመጠቀም መቆጠብ ማለት ነው። አሉታዊ ብለን የምንጠራው መንገድ ደግሞ በሰዎች ላይ ስነ-ልቦናዊ ግፊትን በሚሰጥ መልኩ ሰዎችን ሳይፈልጉትና ተገድደው ወደምንፈልገው ጎዳና ማስገባት ማለት ነው።

ለምሳሌ፣ አንድ ሰው ጊዜን ከእኔ ጋር እንዲያሳልፍ ከፈለኩኝ፣ ቀላሉና አዎንታዊ መንገድ ከእርሱ ጋር ጊዜን ማሳለፍ እንደምፈልግና ከእርሱ ጋር ሳሳልፍ ደስ እንደሚለኝ ወይም በማሳለፌ የማገኘውን ጥቅም መግለጥ ነው።

ይህንን አቀራረብ "አዎንታዊ ኃይል" ብለን የምንጠራበት ምክንያት ሰውየው ከእኔ ጋር ጊዜን እንዲያሳልፍ የሚያነሳሳው በላዩ ላይ የጫንኩበት የመገደድ ስሜት ሳይሆን ያለኝ ቅን አቀራረብና ከእኔ ጋር በማሳለፍ ሊሰጠኝ የሚችለውን ጥቅም በማሰብ ስለሚነሳሳ

ነው፡፡

የዚህ ግልባጭና አሉታዊ የሆነው መንገድ ግን ማንም ሰው ጠይቆኝ እንደማያውቅና ከሰውየውም መጠየቅን ብዙ ጠብቄ ባለማግኘቴ እጅግ በጣም ቅር እንዳለኝ በመግለጥ የግዴታንና የጥፋተኝነትን ስሜት መስጠት ነው፡፡ ይህኛውን አቀራረብ "አሉታዊ ኃይል" ብለን የምንጠራው በሰውየው ላይ ያስቀመጥኩት ጫና አስገዳጅና ስሜትን የሚጋፋ በመሆኑ ነው፡፡ እነዚህ ሁለት ተቃራኒ መንገዶች ናቸው፡፡

አዎንታዊው አለም አስገራሚ አለም ነው፡፡ የሰዎችን ግንኙነት ያጠናክራል፣ ጤናማ ግንኙነትን ይፈጥራል፡፡ አሉታዊው ግን ለጊዜው ሰዎቹ ለስሜቴ ሲሉ የምፈልገውን ቢያደርጉልኝም እንኳ ግዳጅ ውስጥ ስለሚከታቸው ቀጣይነት ላለው ወዳጅነትና ትብብር ልቦናቸው አይከፈትም፡፡ እንግዲህ እንደሚታወቀው ሁሉ በሃገራችን ጎልቶ የሚታየው "አሉታዊው ኃይልን" የመጠቀም ባህል ነው፡፡ ለሰዎች እውነታውን አቅርበንላቸው፣ ያመኑበትን ነገር እንዲያደርጉ መልቀቅ የጨዋ ሰው የሕይወት ዘይቤ ነው፡፡ ከዚያም የላቀው ጨዋነት የሰዎን ምርጫ የማክበርና በነገሩ ውስጥ የግል ስሜታችንን ያለመጨመር ጨዋነት ነው፡፡

ብዙውን ጊዜ ግን እኛው ራሳችን አንድን ነገር የምናደርገው ከሰዎች ለሚመጣብን ጫና ምላሽ ለመስጠት እንጂ ማድረግ ስለፈለግን አይደለም፡፡ ይህ ሁኔታ ደግሞ በጊዜ አጠቃቀማችን ላይ ታላቅ ተጽእኖ አለው፡፡ ይህንን እውነታ ስንነጋገር ግን ሚዛናዊነትን ማዳበር እጅግ አስፈላጊ ነው፡፡ ከማህበራዊ እይታ አንጻርና ለሕብረተሰቡ አመለካከትና የኑሮ ዘይቤ ከመጠንቀቅ አንጻር የመኖር ዝንባሌ ፈጽሞ ሊተው የሚገባው ጉዳይ አይደለም፡፡ ነገር ግን ለእድገታችን ጠንቅ የሆኑትን ደግሞ እንደ አረም ነጥለንና ነቅለን ማውጣት ይጠበቅብናል፡፡

ከዚህ በታች የምንመለከታቸው ነጥቦች አሉታዊ ኃይልን የሚጠቀሙ የባህል ልምምዶቻችንን ጠቋሚ ናቸው፡፡

ባህል - ተኮር "አሉታዊ ኃይሎች"

ይሉኝታ

ይሉኝታ ማለት፣ የምናደርጋቸውን ነገሮች ትክክል ነው ብለን ካመንነው እምነት አንጻር ሳይሆን፣ "ሰው ምን ይለኛል" ከሚል አንጻር ነገሮችን ስናደርግ ማለት ነው። የይሉኝታ ችግርና ተጽእኖ በስሱም ቢሆን የሌለበት ሕብረተሰብ የለም። የሃገራችን የይሉኝታ ሁኔታ ግን የባህሉ አካል ሆኖ ተቆጣጥሮ ሲመራን ዘመናትን አስቆጥሯል። በሕብረተሰቡ መካከል መልካም ስም የመያዛችን ጉዳይ ልናስብበት የሚገባ ነገር ሆኖ ሳለ፣ ሰው ምን ይለኛል በሚለው ፍርሃት ብቻ መኖር ግን ከትኩረት የሚያወጣ ጉዳይ ነው። የሚከተለውን ጥያቄ ልጠይቅህ፡-

ከአንድ ሰው ጋር ቀጠሮ አድርገሃል ። ከዚያ ቀጠሮ በኋላ ሌላ የጊዜ ገደብ ያለው ስራ አለህ። ይህ ሰው ዘግይቶ በመድረሱ ምክንያት ያኛው የጊዜ ገደብ ያለው ተግባርህ ሊበላሽብህ ነው። የይሉኝታ ባህል፣ "ይህኛው ሰው ቅር ከሚለው ያኛው ፕሮግራምህ ቢበላሽ ይሻላል" ይልሃል። ምን ታደርጋለህ?

ማህበራዊ ትስስር

ወደ ምእራቡ አለም ስንሄድ ሰዎች የግላቸውን ነገር ከማህበራዊው ገለል በማድረግ መስመርን አስምረውበት ይኖራሉ። ያንንም የተሰመረ መስመር ሌላኛው ያከብራል። እንደ ሞኝ የሚታየው መስመርን ያሰመረው ሳይሆን መስመሩን የተላለፈው ነው። ወደ ሃገራችን ስንመጣ ደግሞ ቀድሞውኑ የግልን መስመር አስምሮ በእቅድ ለመኖር የሚደረገው ሙከራ የማይታሰብ ነው - የሚፈጥረው ግርግር ከባድ ነውና። ነገር ግን አንድ ሰው ምንም ያህል ብርቱና ጠንካራ ቢሆን ካለማቋረጥ ለሰው ሲል መኖር አይችልም። የሚከተለውን ጥያቄ ልጠይቅህ፡-

ከረጅምና አድካሚ የስራ ቀን በኋላ ለነገ ስራ የበዛበት ሌላ ቀን በማረፍ ለመዘጋጀት ፈልገህ እቤት ስትገባ ወዳጆችህ ከአንተ ጋር ሲጨዋወቱ ለማምሸት አስበው እቤት ይጠብቁሃል። ባህል፣ "አብረሃቸው ካላመሸህ ነገ እንደሚሆን ትሆናለህ" ይልሃል። ምን ታደርጋለህ?

ሃፍረት

ሰዎች የራሳቸውን ግዴታና ሃላፊነት ሳይወጡ ከአንተ ግን እነሱ በሚጠብቁብህ ቦታና ሁኔታ የመገኘትን ነገር ይፈልጉብሃል፡፡ ለምሳሌ፣ እነሱ የጠየቁህን ገንዘብ ካላበደርካቸው ታፍራለህ፣ እነሱ ግን ከአንተ የተበደሩትን ሳይመልሱ ለመኖር አያፍሩም፡፡ እንዲህ አይነቱ ተጽእኖ በሰፊው የነገሰበት ባህል ውስጥ ነው የምንኖረው፡፡ ስለዚህም፣ በዓላማችን ላይ አተኩረን የግላችንን ሩጫ ከመሮጥ ይልቅ ከሌላው ሰው አንጻር ብቻ እንድንሮጥ እንገደዳለን፡፡ አይኖቻችን ከዓላማችን ላይ ተነስተው የሚያሳፍረውንና የማያሳፍረውን ለመምረጥ ስንታገል መስመራችንን እንስታለን፡፡ የሚከተለውን ጥያቄ ልጠይቅህ፡-

በአንድ ስብሰባ ወይም ግብዣ ላይ በሰዓቱ ተገኝተሃል፡፡ በዚያ ቦታ ግን እንኳን ተጋባዥ ጋባዥም የለም፡፡ ከዚያ ጥሪ በኋላ የጊዜ ገደብ ያለውና ካልተከናወነ ብዙ ነገር የሚያቃውስ ጉዳይ አለህ፡፡ ፕሮግራሙ ካለቅጥ ወደ መራዘም እንደሚሄድ እየታወቀህ ነው፡፡ ባህል፣ "ይህንን ትተህ ስትሄድ አታፍርም?" ይልሃል፡፡ምን ታደርጋለህ?

ትኩረት - ፊላጊ ማህበራዊ ትስስር

በሕብረተሰባችን መካከል ያለውን የግንኙነት ስፋት አስበው፡፡ የስጋ ዘመዱ ብዛት፣ የመስሪያ ቤት ባልደረቦቻችን መረብ ስፋት፣ የንግድ ደንበኞቻችን ቅርበት፣ ከዚህ በፊት በሰው ሰው አግኝተነው ገንዘብ ያበደረን ሰው … ዝምድናው ብዙ ነው፡፡ እንኳን በስጋ ተዛምደን ቀርቶ ለሶስት ቀናት ያህል በተከታታይ ታክሲ ላይ ያገኘነው ሰው ሁሉ ራሱን እንደ ዘመድ የሚያይበት ሕብረተሰብ ውስጥ ነው የምንኖረው፡፡ ይህ ደግሞ መስመሩን ጠብቆ ከሄደ ደስ የሚያሰኝ ባህል ነው፡፡ ሆኖም፣ ለሰው ከመጨነቃችን የተነሳ ማንነታችን ሲጠፋብን አደጋው ቀላል አይደለም፡፡ የሚከተለውን ጥያቄ ልጠይቅህ፡-

ለቅሶ፣ ሰልስት፣ ሙት ዓመት፣ ሰርግ፣ ቅልቅል፣ መልስ፣ ምርቃት፣ ልደት . . . በአንድ ላይ ተንጋግተው ይመጡብሃል፡፡ ሁሉም ጋር ከደረስክ የስራ፣ የግልና የቤተሰብ ሁኔታ ሊዘባረቅና መስመር ሊስት ነው፤ አንተም ደክመህ ልታልቅ ነው፡፡ ባህል፣ "ሞተህም ቢሆን ሁሉም ጋር ድረስ" ይልሃል፡፡ ምን ታደርጋለህ?

"አዲሱ" የሞባይል "ባህል"

ዘመኑ እላያችን ላይ ተለውጧል!!! ከሞባይል ስልክ ውጪ የኖርንባቸው ዘመናት እንዳልነበሩ እስኪመስለን ድረስ የሞባይል "ባህል" ተዋህዶናል፡፡ የሞባይል ስልክ በሃገራችን መስፋፋት ለኢኮኖሚውም ሆነ ለማህበራዊው ኑሮ መቀላጠፍ ታላቅ የሆነን አስተዋጽኦ አድርጓል፡፡ በአንጻሩ ደግሞ ይህ የሞባይል ስልጣኔ ከሃገራችን ባህላዊ ልማድ ጋር ሲዋሃድ የፈጠረው "ኬሚስትሪ" በአይነቱ ልዩ ነው፡፡ የሞባይል ስልክ አፋቅሯል፣ አጣልቷልም፤ አገናኝቷል፣ አለያይቷልም! የሞባይል "ባህል" የስራ በር ከፍቷል፣ ስራ አስፈትቷልም፤ ትርፋማ አድርጓል፣ አክስሯልም! በትክክል ሲያዝ ጥቅሙ ብዙ ነው፣ መስመሩን ሲለቅ ደግሞ ጉዳቱ ያመዝናል፡፡ የሚከተለውን ጥያቄ ልጠይቅህ፡-

በተጣበበ ጊዜ ወቅት መጨረስ የሚገባህን ስራ በመስራት ላይ እያለህ ሞባይል ስልክህ ጠራ፡፡ ስሙን ስታየው "አስፈላጊ" ሰው ነው፡፡ ወይም ደግሞ ስልክ ማውራት ከጀመረ የማያቆም ሰው ነው፡፡ ምናልባትም ስልኩ ካልተነሳለት ወይም አንስተህ ቸኩለህ ካናገርከው የሚያኮርፍ ሰው ነው፡፡ ስልኩን ካነሳኸው ስራህ ሊተጓጎል ነው፡፡ ባህል፣ "እንዳትቀያየም ስልኩን አንሳውና ከዚያ እንደምንም ስራህን ትጨርሳለህ" ይልሃል፡፡ ምን ታደርጋለህ?

በሃገራችን ያለውን "አሉታዊ ኃይል" እያደከሙ ለመሄድ መውሰድ የምንችላቸው እርምጃዎች ሁለት ናቸው፡፡ በአንድ ጎኑ አሉታዊ ኃይሎችን ከመጠቀም በመቆጠብ ማህበራዊ ኑሯችንን ግልጽነትና ለሰዎችም ነጻነታቸውን በሚሰጥ መልክ መቃኘት ተገቢ ነው፡፡ ሁለተኛውና አስፈላጊው እርምጃ ከሰዎች ለሚመጣብን አሉታዊ ግፊት በትህትና "እምቢ" የማለትን ጥበብ ማዳበር ነው፡፡

የጊዜ አጠቃቀም ከባህል ጋር ያለውን ቁርኝት በሰፊው ተመልክተናል፡፡ ከዚያም በተጨማሪ በሃገራችን የተለመደውን "አሉታዊ ኃይልን" የመጠቀም ልማድ ተገንዝበናል፡፡ ይህ አሉታዊ ኃይል ሰዎች አንድን ነገር ለማድረግ ፍላጎት ባይኖራቸውም እንኳ ከደረሰባቸው ስነ-ልቦናዊ ተጽእኖ የተነሳ እንዲገደዱ ያደርጋቸዋል፡፡ ይህንን ሁኔታ ነው

"የግዴታ እሺታ" ብዬ የሰየምኩት፡፡ እስቲ አንድን ነገር ለማድረግ በፍጹም ሳትፈልግ ከደረሰብህ ግፊት የተነሳ፣ እንዲሁም ደግሞ አንድ ነገር ይደርስብኛል ወይም አንድ ነገር ይቀርብኛል ብለህ ከመፍራትህ የተነሳ የተስማማህበትን ሁኔታ አስብ፡፡ ሁኔታው በውስጥህ የፈጠረው ደስ የማያሰኝ ስሜት ይህ ነው አይባልም፡፡

እንደዚህ አይነቱን የማንነትን ነጻነት የሚቃማ አሉታዊ ኃይል አልፈንና ከግዴታ እሺታ ነጻ ወጥተን የምንኖረው በአንድ መንገድ ብቻ ነው፡- "እሺ" ማለት ባለብንና "እምቢ" ማለት ባለብን ሁኔታዎችመካከል በመለየት ያንን የማለትን ስሜታዊ ብቃት ማዳበር፡፡

ይህንን ብቃት እንዴት እናዳብራለን ወደሚለው ሃሳብ ከመሄዳችን በፊት ግን ሰዎች በእኛ ላይ በሚያስቀምጡት የአሉታዊ ኃይል ጫና ተጽእኖ ስር በቀላሉ የምንወድቅበትን ምክንያት በጥቂቱ እንመለከታለን፡፡

"እምቢ" ማለት ለምን ያስቸግረናል?

ሁሉን ሰው የመርዳ ዝንባሌ

አንዳንድ ሰዎች እርዳታ የጠየቃቸውን ሰው ሁሉ መርዳት እንዳለባቸው ይሰማቸዋል፡፡ ይህ እጅግ ቅን የሆነ ሃሳብ ነው፡፡ ሆኖም፣ አንድ ሃሳብ ቅን ስለሆነ ብቻ መተግበር አለብን ማለት አይደለም፡፡ ለምሳሌ፣ በየመንገዱ ለቆመው ችግረኛ ሁሉ ገንዘብ እየሰጡ ማለፍ ታላቅና ቅን የሆነ ሃሳብ ነው፡፡ ነገር ግን በፍጹም ሊሞከር የማይቻል ጉዳይ ነው፡፡ ስለሆነም፣ ማድረግ የምንፈልገውን ነገር ሌሎች ሰዎች እንድናደርግላቸው ከእኛ ከሚጠብቁት ነገር ጋር ማስታረቅ የግድ ነው፡፡ አለዚያ ጊዜያችንን፣ ንብረታችንንና ጉልበታችንን እየበታተንን ከንቱ ሰዎች ሆነን እንቀራለን፡፡

ክፉ መስሎ የመታየት ፍርሃት

የአንዳንድ ሰዎች እምቢ ማለት ያለመቻል ምንጩ "ሰዎች ክፉ ነው ብለው ያስቡኛል" የሚል መሰረት የለሽ ፍርሃት ነው፡፡ እውታው ግን አንድ ነው፡- አንድን የጠየቁትን ነገር ስላላገኙ ብቻ የከለከላቸውን ሰው እንደ ክፉ የሚቆጥሩ ሰዎች ናቸው ያልበሰሉና ምናልባት እንደ ጭፍን ሊታዩ የሚገባቸው፡፡

ይህ ከፉ መስሎ የመታየት ፍርሃት የሚጎላው በተለይም አንድን ነገር እንድናደርግለት የጠየቀን ሰው በእድሜ ገፋ ያለ፣ አካል ጉዳተኛና የመሳሰሉት አይነት ሁኔታ ውስጥ ያለ ሰው ከሆነ ነው፡፡ ሆኖም፣ የምትችለውን ያህል ሞክረህ አንድን ነገር ማድረግ ካልቻልክና ከአቅምህ በላይ ከሆነ እውነታው ያው ነው፡፡

ከቡድን የመገለል ፍርሃት

“የቡድን መንፈስ” ከባድ የሆነ በሰዎች ላይ የመገደድን ስሜት የሚያመጣ ጉዳይ ነው፡፡ አንድ ሰው በዙሪያው ከሚገኙት ወዳጆቹ መለየትን የሚፈራ ከሆነ የቡድኑ አባላት ለሚያቀርቡለት ሃሳብ ሁሉ ወደመስማማት ዝንባሌ ሊያመራ ይችላል፡፡ ስለዚህ፣ ቡድኑን ላለማጣትም ሆነ የቡድኑን አባላት ላለማስከፋት ይህንና ያንን ለማድረግ ራሳችንን ስናቀርብ የባከነ ሕይወት ውስጥ እንገባለን፡፡ እንደ እውነቱ ከሆነ፣ የግልህን አመለካከት የማያከብርና አቋምህ ጤናማ እስከሆነ ድረስ መሆንና ማድረግ የምትፈልገውን ነገር እንድትሆንና እንድታደርግ ከማይፈቅድልህ ቡድን ብትለይ ምናልባት ጥቅሙ ሚዛን ይደፋ ይሆናል፡፡

ግጭትን ፍርሃት

አንዳንድ ሰዎች የጠየቁንን ነገር በሙሉ ፈቃደኝነት ተስማምተን ካልተገበርን የመቆጣትና የመናደድ ባህሪ አላቸው፡፡ በቁጣቸው ደንግጠን ካልተባበርናቸው ነገሩን ወደ ጸብ ከፍ ከማድረግም አይመለሱም፡፡ ነገሩን ግን ከመጀመሪያ እስከመጨረሻ ስናጤነው ማድረግ ለማትችለውም ሆነ ማድረግ ለማትፈልገው ነገር የእምቢታን መልስ በመስጠትህ ሊደርስብህ የሚችለው ነገር እና ግጭትን ፍርሃት ለሁሉ ነገር እሺ ብለህ በመኖር የምትገባበት የመገደድ ጫና ጉዳታቸው ብዙም አይራራቁም፡፡ ያመንክበትን ምላሽ በመስጠት ውስጥ ያለው ነጻነት ግን የትም አይገኝም!

እድል ያመልጠኛል የሚል ፍርሃት

ምናልባት ለተጠየከው ነገር ሁሉ በእሺታ የምትስማማው አንድ እድል ያመልጠኛል ብለህ የምትሰጋ ሰው ስለሆንክ ይሆናል፡፡ ይህኛው ሰው ዛሬ ለጠየቀኝ ጥያቄ እምቢ ካልኩት ነገ ከእሱ ማግኘት የምፈልገውን ለማግኘት አልችልም የሚል ጫና እንደ ማለት

ነው፡፡ ነገር ግን ሁኔታውን አስበው - ገና ለገና ነገ ምናልባት አገኘው ይሆናል ብለህ ላሰብከው እውን ላልሆነ እድል ዛሬ ማንነትህንና አመለካከትህን ተነጥቀህ ሰዎች በአንተ ውስጥ ሆነው እንዲወስኑልህ ራስህን ከፍተህ ከመስጠት የከፋ ሕይወት ምን አለ? በተጨማሪም ለእድል ብለህ ራስህን ለግዳጅ ካቀረብክ በኋላ የምታገኘው እድል ደግሞ ሌላ ግዳጅ ይዞ መምጣቱ አይቀርም፡፡

ቀደም ሲል ለመመልከት እንደ ሞከርነው በመገደድ እሺታ ውስጥ የምንገባባቸው የተለያዩ ስነ-ልቦናዊ ዝንባሌዎች አሉ፡፡ ከእነዚህ ጎጂ ዝንባሌዎች ነጻ ሆኖ መኖርን የመሰለ ነገር የለም፡፡ ሆኖም ምንም ያህል ራሳችንን ከእነዚህ ተጽእኖዎች ነጻ አድርገን ለመኖር ብንሞክርም እንኳ፣ አንዳንድ ሰዎች ግን እኛን ወደ ግዴታ መስመር ውስጥ በመክተት ብልሃት የተካኑ ናቸው፡፡

የአንዳንድ ሰዎች ጨዋነት እጅግ አስገራሚ ነው፡፡ የአንተን ሕይወት አስመልክቶ ለሚያደርጉት ነገር ሁሉ የግል መስመርህን ጠብቀውና ለስሜትህ ተጠንቅቀው ነው የሚኖሩት፡፡ ሁሉም ሰው ግን እንደዚህ አይደለም፡፡ አንዳንድ ሰዎች "እምቢ" የሚባልን መልስ መስማት አይፈልጉም፡፡ ስለዚህ፣ የሚችሉትን መንገድ ተጠቅመው የእነርሱን ሃሳብ እንድታስፈጽም ጫና ያሳድሩብሃል፡፡ ከዚህ በታች የምንመለከተው እንደዚህ ያሉ ሰዎችን እንዴት እንደምንለያቸውና በምን መልክ ልንቀርባቸው እንደምንችል ነው፡፡

- "ሸንጋዮች" - አንድ አንድ ሰዎች እንድታደርግላቸው የሚፈልጉትን ነገር ለማስደረግ ወይም ደግሞ እንድትሄድላቸው ወደሚፈልጉት አቅጣጫ ለመውሰድ ብዙ የማሞካሻ ቃላትን ሊደረድሩልህ ይችላሉ፡፡
- "ወቃሾች" - አንዳንድ ሰዎች ለሌላው ሰው ሁሉ ጊዜ ሲኖርህ ለእነርሱ ብቻ ጊዜ እንደሌለህና ከአንተ ብዙ ጠብቀው የጠበቁትን ስላላገኙ እንዳዘኑ ይነግሩህና በጥፋተኝነት ስሜት ከመቱህ በኋላ ስለተወቀስህ ሃሳባቸውን እንድትፈጽም ግፊት ያደርጉብሃል፡፡
- "አደናቃፊዎች" - አንዳንድ ሰዎች፣ "ለዛሬ ብቻ ይህንን ብታደርግ ምን ትሆናለህ" በሚል ቃል ካወጣኸው እቅድና መስመር እንድትወጣና ወደ እነርሱ ሃሳብ ዘንበል እድትል በመጫን ከመንገድህ ያደናቅፉሃል፡፡

- “ነጭናጮች” - አንዳንድ ሰዎች ሁል ጊዜ ለሰው የሚደርሱና የሰው ነገር ግድ የሚላቸው እነሱ ብቻ እንሆኑና አንተም ሆንክ ሌላው ሰው ለእነሱ ግድ እንደሌላችሁ በመነጫነጭ ከዚያ ንጭንጫቸው ለመዳን ስትል የመገደድ ስሜት እንዲሰማህ ያደርጉሃል፡፡
- “ጉልበተኞች” - አንዳንድ ሰዎች በአጭሩ ጉልበተኞች ናቸው፡፡ ዛቻን፣ ቁጣንና የማስፈራራትን ቃላት በመጠቀም ሊያጨናንቁህና የሚሉትን ነገር አድርገህላቸው ከዛቻቸው እፎይ እንድትል መንገዱን ሊያጠቡብህ ይሞክራሉ፡፡

ከላይ የተዘረዘሩትን “የአስገዳጅ” አይነት ሰዎችን አያያዝ ለማወቅ “የእምቢታን” ጥበብ ማዳበር የግድ ነው፡፡ ሆኖም፣ ለብዙ ሰዎች ለተጠየቁት ነገር የእምቢታን መልስ መስጠጥ እጅግ ከባድ ነው፡፡ ለዚህ ነው የእምቢታን መልስ የምናስተላልፍባቸውን የተለያዩ መንገዶች ማወቅ ያለብን፡፡ እነዚህን የእምቢታ መልስ መንገዶች ከመመልከታችን በፊት ለዚያ የሚያዘጋጁንን አንዳንድ መሰረታዊ ሃሳቦች እናጢን፡፡

መሰረታዊ እይታዎች

- ላላመንክበት ነገር እሺ ማለት የለብህም፡፡ ይህንን አስታውስ፣ አንድን ነገር ከልብህ ካላመንክበት ከውጪ በመጣብህ ግፊት ምክንያት ብቻ ያንን ነገር ማድረግ የለብህም፡፡

- ላላመንክበት ነገር እምቢ ማለትን ስትለምድ ራስህን ማስከበር እንደምት ጀምር አትዘንጋ፡፡ ሰዎች የሚያከብሩህ ራስህን ስታከብር ነው፡፡ ራስህን የማክበርህ አንዱ ምልክት ደግሞ ካመንክበት ነገር አንጻር የመኖር ሁኔታ ነው፡፡

- እርግጠኛ ላልሆንክበት ነገር ጊዜን መውሰድ ልመድ፡፡ ሰው ሁሉ ለሚጠይቅህ ጥያቄ እዚያው መልስ መስጠት የለብህም፡፡ ውስጥህ እርግጠኛ ላልሆነበት ነገር በቀጠሮ ማለፍን ልመድ፡፡

- የውስጥ ስሜትህን አድምጥ፡፡ ለአንድ ነገር እሺ ካልክ በኋላ በውስጥህ ግን የመገደድና የመጨቆን ስሜት ከተሰማህ፣ ቀድሞውኑ እምቢ ማለት እንደነበረብህ

አስብና ከዚያ ልምምድ ተማር፡፡

- ኃይለ-ቃልን አስወግድ፡፡ ላላመንክበት ነገር እምቢ ለማለት የግድ ኃይለ-ቃል መጠቀም ወይም ክፉ መሆን የለብህም፡፡ ቀላል አቀራረብን መልመድና ከሰጠኸው ምላሽ ላለመወላወል መወሰን አለብህ፡፡

- “የሚያልቅ” ምክንያት አትስጥ፡፡ አንድን ነገር ላለማድረግ ስትፈልግ፣ “አሁን አሞኛል” ካልክ ሰውየው ነገ እስኪሻልህ ጠብቆ ይመለሳል፡፡ ይህ አላቂ ምክንያት ይባላል፡፡ በተቃራኒው ግን ነገሩን ለማድረግ ፍላጎት እንደሌለህ በጥበብ ከመለስከለት ጉዳዩ እዚያ ላይ ያበቃል፡፡

- የሚቀበልህና የሚወድህ ሰው ለጠየቀው ጥያቄ እሺም አልከው እምቢ አንተን ከመቀበል እንደማይከለክለው እወቅ፡፡ ይህንን ማወቅ ተቀባይነትን ላለማጣት ለመጣው ጥያቄ ሁሉ እሺ ከማለት ይጠብቅሃል፡፡

ትሁት እምቢታ

ጊዜያችንን በሚገባ እንዳንጠቀምበት ከሚያደርጉን አሉታዊ የባህል ኃይሎች አልፈን ለመሄድ ከሚደግፈን እውነታ አንዱ ስነ-ልቦናዊ ግፊት የሚያደርሱብንን ሰዎች መለየትና አያያዙን ማወቅ ነው፡፡

ከሰዎች የሚመጣን ጤና ቢስ ግፊት የመያዣው መሰረታዊው መንገድ በትህትና “እምቢ” የማለትን ጥበብ ማዳበር ነው፡፡ ምንም እንኳ “እምቢ” የሚለው ቃል ፊት ለፊት የመጠቀሙ ነገር ባይመከርም፣ መልእክቱን በተለያዩ ትህትናና ጥበብ በተሞላባቸው አቀራረቦች መቃኘት እንችላለን፡፡ የሚከተሉትን ለምሳሌነት የሚረዱንን አባባሎች እናጢን፡፡

- ቀላልና ግልጽ “እምቢታ” - “እንዳደርግ የጠየከኝ ነገር መልካም ይመስላል፣ ግን አሁን ያን ማድረግ የምችል አይመስለኝም”

- የፕሮግራም መጋጨት “እምቢታ” - “ይህንን ነገር እንዳደርግ ስላሰብከኝ ደስተኛ

ነኝ፣ ነገር ግን ጊዜዬን የያዘው ሌላ መለወጥ የማልችለው ፕሮግራም ስላለኝ የምችል አይመስለኝም"

- የዓላማ "እምቢታ" – "ከቅርብ ጊዜ ወዲህ ትንሽ ቀጠሮዎችንና ስራዎችን በመደራረቤ ምክንያት ስለደከምኩ ሌሎች ፕሮግራሞችን መጨመር ያስቸግረኛል፡፡

- የማስተላለፍ "እምቢታ" – "ያልከኝን ነገር ማድረግ ብችል ደስ ይለኝ ነበር፣ ነገር ግን ምናልባት ነገሩን ለማድረግ የሚችልና ፈቃደኛ የሆነ ሌላ ሰው ሊኖር ስለሚችል ላስብና ልንገርህ"፡፡

- የይቅርታ "እምቢታ" – "የጠየከኝን ነገር ማድረግ ብችል ደስ ይለኝ ነበር ሆኖም በአሁን ጊዜ ያንን ለማድረግ የሚያስችል ሁኔታ ላይ ስላልሆንኩ በጣም ይቅርታ እጠይቃለሁ"፡፡

- የቀጠሮ "እምቢታ" – "ለጠየከኝ ነገር አሁን መልስ ለመስጠትያስቸግረኛል፡፡ ትንሽ ጊዜ ስጠኝና አስቤበት ልንገርህ"፡፡

- የሃላፊነት "እምቢታ" – "የጠየከኝን ነገር ማድረግ ብችል ደስ ይለኝ ነበር፣ ነገር ግን ትንሽ የቤተሰብ ሃላፊነቶች አሉብኝና ለዚያ ቅድሚያ መስጠት አለብኝ"

- ውስን "እምቢታ" – "ያንን እንኳ ማድረግ የምችል አይመስለኝም፣ ነገር ግን እዚህኛው ደረጃ ድረስ ልተባበርህ እችላለሁ"፡፡

በአንድ ሃገር ላይ ለብዙ ዓመታት የነገሰን ባህላዊ አመለካከት በአንድ ጊዜ መቅረፍ ባይቻልም፣ ቀስ በቀስ ግን ከአጉል ባህል ተጽእኖ ነጻ የመሆንን ጎዳና መጀመር ይቻላል፡፡ ይህንን ጎዳና ለመጀመር ስንንቀሳቀስ በቅድሚያ ልናዳብረው የሚገባ ጥበብ በምን መልኩ ጊዜያችንንና ተግባራችንን ልናዋቅር እንደምንችል ነው፡፡

ይህ አወቃቀር ተግባርንና ጊዜን ማቀናጀት፣ ከጊዜ ጋር ያለንን የግል ዝምድናና የግብ አወጣጥን ደረጃ ይጠቀልላል፡፡ እነዚህን እውነታዎች ለመገንዘብ ወደሚቀጥለው ክፍል እንለፍ፡፡

- ክፍል አምስት -

ጊዜንና ተግባርን የማቀናጀት ጥበብ

“በአጫጭርና በጊዜአዊ ሽንፈቶች ተስፋ እንዳትቆርጥ ከፈለግህ ረጃጅም ግቦች ይኑሩህ” - Charles C. Noble

አንድ ንጉስ ከአጃቢዎቹ ጋር በአንድ ጫካ ውስጥ ሲዘዋወር አንድ ዛፍ ላይ ያየው ነገር ትኩረቱን ሳበው፡፡ በዚህ ትልቅ ዛፍ ላይ የተለያዩ ክብ ቅርጽ ያላቸው ኢላማዎች ተስለዋል፡፡ የገረመው ነገር፣ እያንዳንዳቸው ኢላማዎች መካከል ምንም ሳይስቱ ኢላማቸውን በትክክል የመቱ ቀስቶች ተሰክተው ይገኛሉ፡፡

ንጉሱ በጣም ተገረመና፣ “እነዚህን ኢላማዎች ሁሉ በትክክል አነጣጥሮ የመታውን ሰው ለሰራዊቴ አለቃነት እፈልገዋለሁና ፈልጋችሁ አግኙልኝ” አለ፡፡ ልክ ይህንን ተናግሮ እንደጨረሰ አንድ ወጣት ልጅ ብዙ ቀስቶችን ተሸክሞ እየገሰገሰ ንጉሱ ጋር ደረሰ፡፡ ንጉሱ፣ እነዚህን ሁሉ ኢላማዎች በትክክል የመታው ሰው እሱ መሆኑን ጠይቆ የአዎንታ መልስ ካገኘ በኋላ እንዴት እንደዚህ አነጣጣሪ ሊሆን እንደቻለ ጠየቀው፡፡ የልጁ መልስ አጭርና ግልጽ ነበር፣ “በመጀመሪያ ቀስቴን ወጥሬ በዛፉ ላይ እሰካዋለሁ፡፡ ከዚያም ወደ ዛፉ በመሄድ በተሰካው ቀስት ዙሪያ የክብ ምልክትን አስቀምጥበታለሁ” በማለት እንደዚያ አነጣጣሪ ያስመሰለውን እውነት ፍርጥ አደረገና ነገረው፡፡

ይህ መሰረታዊና ቀላል አፈ-ታሪክ የብዙ ሰዎችን የሕይወት ዘይቤ ያንጸባርቃል፡፡ ይህ ወጣት በመጀመሪያ ዓላማን አድርጎ አልነበረም ያንን ዓላማ ለመምታት ጥረት ያደረገው፡፡ በቅድሚያ ወዳሻው ቀስቱን ከለጠጠና ከሰነዘረ በኋላ ቀስቱ ያረፈበትን ስፍራ ነው እንደዓላማ በመቁጠርና ልክ ዓላማውን እንደመታ ለማስመሰል በዙሪያው ክብን ያበጀለት፡፡ አንዳንድ ሰዎች እንዲሁ ናቸው፡፡

በመጀመሪያ ዒላማንና ግብን አቅደው በዚያ ባቀዱት መሰረት ሊተኩሲ ሲገባቸው ከተኩሱ በኋላ ቀስቱ ያረፈበትን ነው እንደግብ የሚቆጥሩት፡፡ በሌላ አባባል፣ ያገኘነውን፣ የመሰለንንና የቀለለንን ነገር ካደረግን በኋላ በዚያ ባደረግነው ተግባር ዙሪያ ዓላማን ለመፍጠር መሞከር የሞኘነት ሁሉ ሞኘነት ነው፡፡ ዓላማ ከሌለን የምንሄድበትን አናውቅም፡፡ ግብም ከሌለን ተኩሰን የመታነው ነገር ሁሉ እንደ ግብ ስለሚቆጠር ይህንና ያንን ስናደርግ ጊዜያችን ይባክናል፡፡ ለዚህ ነው በዓላማና በግብ የምንመራ ሰዎች መሆን ያለብን፡፡ በዚህ ክፍላችን በሚገኙ ሶስት ምእራፎች የምናጠናው ስኬታማ በሆነ መልኩ ግብን ስለማውጣት ጥበብ ነው፡፡

- 13 -

አንተና ጊዜህ

ይህንን ምእራፍ ከማንበብህ በፊት የሚከተለውን ነገር ለማድረግ ሞክር፡፡ ከዚህ በታች በሚገኘው ሰንጠረዥ ባሉት ሰባት ሳጥኖች ውስጥ ከሰኞ እስከ እሁድ ያሉት ቀናት ተጽፈውባቸዋል፡፡ ከሰኞ በመጀመር ስለዚያ ቀን ስታስብ ያንን ቀን ከምን የቀለም አይነት ጋር እንደምታዛምደውአስብና ያንን ቀለም ቀባው፡፡ ጥቁር ይሁን ቀይ፣ ወይም ደግሞ ቢጫ፣ እንዲሁም ሌላ ከቀኑ ጋር የምታዛምደውን የቀለም አይነት ማለት ነው፡፡ ምናልባት የከለር እርሳስ የማታገኝ ከሆነ ከቀኑ ጋር የተዛመደብህን የቀለም አይነት ከቀኑ በታች ጻፈው፡፡ ይህንን ተግባር ስለ ሰኞ፣ ስለ ማክሰኞ፣ ስለ ሮብ፣ ስለ ኃሙስ፣ ስለ ዓርብ፣ ስለ ቅዳሜና ስለ እሁድ ስታስብ ከቀናቱ ጋር የሚዛመድልህን የቀለም አይነት ቀባ ወይም የቀለሙን አይነት ጻፍ፡፡

በሁሉም ቀናት ሳጥን ውስጥ ከቀኑ ጋር የሚዛመድልህን የቀለም አይነት ከቀባህ በኋላ ያንን የቀለም አይነት ለምን ለዚያ ቀን እንደመደብክለት አስብ፣ ብትችል ለቅርብ ወዳጅህ ሃሳቡን አካፍለው፡፡ ለእያንዳንዱ ቀን የሰጠኸው የቀለም አይነት ምን አይነት ስሜት እንደሚሰጥህ ስታስብ በዚያ ቀን ያለህን ለስራ የመነሳሳት ወይም ለስራ ያለህን የፍላጎት ማጣት ያመለክትሃል፡፡ ይህንን ሁኔታ ማሰላሰል ብርቱና ንቁ የምትሆንባቸውን ቀናት የመለየትና ተግባርን ከዚያ አንጻር የመመደብን እይታ እንድታዳብር ይረዳሃል፡፡

ሰኞ	ማክሰኞ	ሮብ	ኃሙስ	ዓርብ	ቅዳሜ	እሁድ

ከላይ ከተጠቀሰው ሃሳብ ጋር ተመሳሳይነት ያለውን ከዚህ በታች ያለውን ሌላ ሰንጠረዥ ሙላ:: ከታች ባለው ሰንጠረዥ ውስጥ የተለያዩ የቀኑ ጊዜያት ተቀምጠዋል:: ከእያንዳንዳቸው ጊዜያት በታች ባለው ሳጥን ውስጥ ስለዚያ ሰዓት ስታስብ ከዚያ ሰዓት ጋር የሚዛመድልህን የቀለም አይነት ቀባ:: ጥቁር ይሁን ቀይ፣ ወይም ደግሞ ቢጫ፣ እንዲሁም ሌላ ከሰዓቱ ጋር የምታዛምደውን የቀለም አይነት ማለት ነው::

በሁሉም የጊዜ ሳጥን ውስጥ ከጊዜው ጋር የሚዛመድልህን የቀለም አይነት ከቀባህ በኋላ ያንን የቀለም አይነት ለምን ለዚያ ሰዓት እንደመደብክለት አስብ፣ ብትችል ለቅርብ ወዳጅህ ሃሳቡን አካፍለው:: ለእያንዳንዱ ሰዓት የሰጠኸው የቀለም አይነት ምን አይነት ስሜት እንደሚሰጥህ ስታስብ በዚያ ሰዓት ላይ ያለህን ለስራ የመነሳሳት ወይም ለስራ ያለህን የፍላጎት ማጣት ያመላክትሃል:: ይህንን ሁኔታ ማሰላሰል ብርቱና ንቁ የምትሆንባቸውን የቀኑ ጊዜ የመለየትና ተግባርን በዚያ አንጻር የመመደብን እይታ እንድታዳብር ይረዳሃል::

ከሰኞ እስከ እሁድ ያለውን ቀን ቀለም ቀባቸውና (ከለር በቅርቡ ከሌለህ፣ በላያቸው ላይ የመረጥከውን ከለር አይነት ጻፍባቸው) ያንን ቀለም ለምን እንሰጠኸው ተርጉመው:: ለዚያ ቀን ያለህን ስሜት ታገኘዋለህ:: ይህንኑ ሁኔታ ለሰዓትህ ተጠቀምበት:: ጠዋትህንና ማታህን ቀለም ስጣቸውና ለምን ያንን ቀለም እንደሰጠኸው አስብ:: ብርቱ ሰአትህን ታገኘዋለህ::

ከስራ ሰዓት በፊት ያለ የማለዳ ጊዜ	ከምሳ በፊት ያለ የጠዋት ጊዜ	ከምሳ በኋላ ያለ የከሰዓት በኋላ ጊዜ	ከስራ በኋላ ያለ የማታ ጊዜ	ሰው ከተኛ በኋላ ያለ የምሽት ጊዜ

እያንዳንዱ ሰው ከጊዜ ጋር የግሉ የሆነ ግንኙነትና አቀራረብ አለው:: ለምሳሌ፣ አንድ ሰው "ጠዋት" የተሰኘውን ቃል ሲያስብ የሚሰማው ስሜትና ሌላው ሰው የሚሰማው ስሜት አንድ አይደለም:: አንዱ ስለጠዋት ሲያስብ መጓጓትና ለስራ ንቁ የመሆን ነገር ሲታይበት፣ ሌላኛው ደግሞ ድብርት፣ ስንፍናና ተኝቶ ማርፈድ ሊታየው ይችላል::

ይህ የሆነው ከለጋነታችን ጀምሮ ለምደን ካደግነው ዝንባሌ ሊሆን ይችላል፡፡ ወይም ደግሞ በተጠቀሰው ሰዓት ማድረግ የምንፈልገውና ለማድረግ የምንገደደው ነገር በማይጣጣምበት ጊዜ በዚያ ሰዓት ላይ ያለንን አመለካከት ይቀርጸዋል፡፡ ይህ ሁኔታ ጊዜን በስኬታማ መልኩ የመጠቀም ሁኔታችን ላይ ተጽእኖ ያደርጋል፡፡

የግልን ሁኔታና ዝንባሌ ከጊዜ ጋር አጣጥሞ ለመያዝ በቅድሚያ በእውነተኛነት ራስን መገምገም አስፈላጊ ነው፡፡ ማድረግ የማልችለውን ለማድረግ ከመታገል ይልቅ በቅድሚያ ራስን በማወቅ በእንዴት አይነት ሁኔታ መቀየር የምችለውን ለመቀየር እንደምችል፣ መቀየር የማልችለውን ደግሞ ለማጣጣም እንደምችል ማሰብ አስፈላጊ ነው፡፡ ይህንን እርምጃ ለመራመድ የሚከተሉትን እውነታዎች ይጠቅሙናል፡፡

ጊዜህ የት እንደሚሄድ እወቅ

ከሁሉ በፊት ሊቀድም የሚገባው ጊዜያችንን ለምን እንደምናውለው ጥርት ባለ መልኩ ማወቅ ነው፡፡ ይህ አመለካከት ለብዙ ሰዎች አይመችም፡፡ ምክንያቱም ይህንን ማድረግ ራሱ እንደ ስራ ስለሚሆንባቸው ነው፡፡ አዎ፣ እንደ ስራ ነው፤ ነገር ግን ከባዱን ስራችንን ቀላል የሚያደርግልን ስራ ነው፡፡ ስለዚህ ይህንን ጊዜያችንን የሚወስዱትን ዋና ዋና ተግባሮች የማወቅን ጎዳና በመጀመር ከጊዜ ጋር ያለንን የግል ግኙነት ማጠናከርና ማጣጣም እንችላለን፡፡

የሚከተሉትን የተለመዱ ጊዜን የግድ ልንሰጣቸው የሚገቡንን የሕይወት ዋና ዋና ዘርፎች በማጤን ለእያንዳንዳቸው በቀን ውስጥ ምን ያህል ጊዜ ልትሰጣቸው እንደሚገባህ አስብ፡፡ ሌሎች መጨመር አለባቸው የምትላቸውን ዘርፎች መጨመር፣ ወይም ደግሞ መቀነስ አለባቸው የምትላቸውን የማይመለከቱህን ነገሮች መቀነስ ትችላለህ፡፡

• የስራ ጊዜ	• እውቀት ማዳበሪያ ጊዜ
• የቤተሰብ ጊዜ	• የመንፈሳዊ ሕይወት ጊዜ
• የግል መዝናኛ ጊዜ	• ማሕበራዊ ጊዜ
• የጓደኝነት ጊዜ	• ጤንነት የመንከባከቢያ ጊዜ

ከላይ የተዘረዘሩት ሁኔታዎች በሁለት ይከፈላሉ:: አንዳንዶቹ ለምሳሌ እንደ ስራ አይነቶቹ ሁኔታዎች ሰዓትን የመምረጥን እድል ላይሰጡን ይችላሉ:: ለምሳሌ፣ ቢሮ ጠዋት ሶስት ሰዓት መግባት ካለብኝ ሌላ ምርጫ አይኖረኝም:: ነገር ግን ሌሎቹ ሁኔታዎች ካለኝ ትርፍ ጊዜ በመምረጥ በፈለኩት ሰዓት ማድረግ የምችላቸው ሁኔታዎች ናቸው:: ለእነዚህ ሁኔታዎች የትኛውን ጊዜዬን ልመድብላቸው የሚለው ውሳኔ መታወቅ አለበት:: ይህንን ማድረግ እጅግ ወሳኝ ጉዳይ ነው::

ንቁ ሰአትህን እወቅ

አንድን ተግባር ለመተግበር ጊዜውን የመምረጡ እድል ካለኝ በቅድሚያ ማሰብ ያለብኝ ለዚያ ተግባር ተገቢው ሰዓት የትኛው እንደሆነ ነው:: ለምሳሌ፣ እውቀትን ለማዳበር በቀን ውስጥ ማንበብ ያለብኝ መጽሐፍ ለማንበብ ትክክለኛውን ጊዜ መምረጥ አስፈላጊና ወሳኝ ነው:: ትክክለኛው ጊዜ ለማወቅ ንቁ የሆንኩበትን፣ ሃሳቤ የሚሰበሰብበትንና ሳነብ የሚገባኝን ጊዜ መለየት በቂ ነው:: ለምሳሌ፣ አንዳንድ ሰዎች ጠዋት በማለዳ የመነሳት ልማድ አላቸው:: ንቁ የሚሆኑትና ትኩረትም ያላቸው በዚያ ሰዓት ነው:: እንዲህ አይነት ሰዎች ማታ አምሽቶ ለማንበብ ቢሞክሩ ጊዜ ማባከን ይሆንባቸዋል::

በተቃራኒው፣ ጠዋት በ12 ሰዓት ለመነሳትና የአካል ብቃት እንቅስቃሴ ለማድረግ ከራስህ ጋር ብትስማማና በየጠዋቱ የመነሳት ብርታት እያጣህ የምትታገል ከሆነ የስፖርት ሰዓትህን መቀየር ይኖርብሃል:: ይህ ብዙውን ጊዜ የማናስተውለው ቀላል የሆነ የጊዜ ስሌት ነው::

አንድ ሰው ከጊዜ ጋር ያለውን የግል ዝምድናና ዝንባሌ በሚገባ ካወቀ በኋላ በቀጥታ ግብ የማውጣት ጥበቡን ወደማዳበር ሊሸጋገር ይችላል:: የሚቀጥለው ምእራፍ ግብን የማውጣት ደረጃ ውስጥ ከመግባታችን በፊት ልናደርገው ስለሚገባን ቅድመ ዝግጅት አንዳንድ አይታዎችን ይሰጠናል::

- 14 -

የግብ አወጣጥ ቅድመ - ዝግጅት

ተግባራዊና የተዋቀረ የግብ አወጣጥ ጥበብን ማዳበር ጊዜን ስኬታማ በሆነ መልኩ ለመጠቀም ወሳኝ የሆነ ጉዳይ ነው፡፡ ስለሆነም፣ የተፈተነና ስኬታማ የሆነን የግብ አወጣጥን ዘይቤ ማጤን የግድ ነው፡፡ ያንን ከማድረጋችን በፊት ግን የሚከተሉት ጥያቄዎች በመጠየቅና በመመለስ ቅድመ-ዝግጅት ማድረግ ጠቃሚ ነው፡፡

የግምገማ ጥያቄ - የት ነው ያለሁት?

ማንኛውም የሕይወት ዘመኑ በተዋጣላቸው አመታት፣ በተሳካላቸው ወራትና ሳምንታት፣ እንዲሁም በሰመሩ ቀናት እንዲሞላ የፈለገ ሰው ይህንን ጥያቄ በቁም ነገር መጠየቅ አለበት፡፡ ይህ፣ "የት ነው ያለሁት?" የሚለው ጥያቄ የግምገማ ጥያቄ ነው፡፡ የት እንዳለሁ ካላወቅሁ ወደ የት እንደምሄድ ማወቅም ሆነ መወሰን አልችልም፡፡ ጥያቄው እድሜን፣ የእድገት ደረጃንና አጠቃላይ የሕይወትን አቋም የሚያካትት ጥያቄ ነው፡፡

የእይታ ጥያቄ - የት መድረስ ወይም ምን ማከናወን እፈልጋለሁ?

ይህ ጥያቄ ከአጠቃላይ ሕይወታችን አንጻር ሊጠየቅ ይችላል፡፡ እንዲሁም ደግሞ በየአመቱም ሆነ በየወሩ ከምናወጣቸው እቅዶች አንጻር ሊጠየቅ ይችላል፡፡ ያለሁበትን ገምግሜ ካወኩ በኋላ ቀና ብዬ፣ መድረስ የምፈልግበትን ደረጃ ማየትና አይነ-ህሊናን በእይታ መሙላት አስፈላጊ ነው፡፡ ወደ የት እንደሚሄድ የማያውቅ ሰው ያለበትን ደረጃ እያየ ከማዘን ያለፈ ነገር ማድረግን በፍጹም አይችልም፡፡

የጊዜ ቀጠሮ ጥያቄ - መቼ ነው ተከናውኖ ማየት የምፈልገው?

ቀደም ብለን እንደተመለከትነው ባለን ክሮኖስ (የጊዜ መጠን) ውስጥ የተለያዩ ግቦችን በቀጠሮ (ካይሮስ) ማስቀመጥና የቀን ገደብ ማውጣት አስፈላጊ ነው፡፡ የቀን ገደብ ወይም ቀጠሮ (ካይሮስ) ያላስቀመጥንለትን ነገር የመከናወኑ ነገር አጠራጣሪ ነው፡፡ የቀን ገደብ ማውጣት በመጀመሪያ መነሳሳትን በውስጤ ይፈጥራል፡፡ በመቀጠልም የግምገማ ነጥብን እንዳስቀምጥ ይረዳኛል፡፡

የጽኑ ፍላጎት ጥያቄ - እዚህ ግብ ላይ ለመድረስ እንደምችል ልቤ አምኖበታል?

አንድን ተግባር ተከናውኖ ለማየት የውስጥ መነሳሳት ከሌለኝ የመጣው ሁሉ እንቅፋት ያስቆመኛል፡፡ ለዚህ ነው ይህንን ጥያቄ በሚገባ መመለስ ያለብን፡፡ ጽኑ የሆነ የውስጥ ፍላጎትና መነሳሳት በውጤት ላይ እንዳተኩርና በዚህም በዚያም ተስፋ እንዳልቆርጥ ይረዳኛል፡፡ ከዚያም በተጨማሪ የስሜት ግለት ሌሎችን ሰዎች የማነሳሳትና ለአላማዬ ድጋፍ የማግኘት መንገድም የመጥረግ ባህሪይ አለው፡፡

የዝግጁነት ጥያቄ - እዚህ ግብ ላይ ለመድረስ ሊገጥሙኝ የሚችሉ እንቅፋቶች ምንድን ናቸው?

አንዳንድ ሰዎች አንድን ግብ በአይነ-ህሊናቸው እስካዩትና የሚገባቸውን እርምጃ እስከወሰዱ ድረስ ካለምንም እንከን ያሰቡበት ደረጃ እንደሚደርሱ ያስባሉ፡፡ ይህ ምኞት እውነት ቢሆን መልካም ነበር፡፡ እውነታው ግን ከዚህ የራቀ ነው፡፡ ማንኛውም ትርጉም ያለውና የከበረ ግብ እንቅፋት አለው፡፡ ለዚህ ነው ይህንን አስፈላጊ ጥያቄ በመጠየቅ ራሳችንን ማዘጋጀት ያለብን፡፡

የጥበብ ጥያቄ - እነዚህን እንቅፋቶች በምን መልኩ ነው የማልፋቸው?

አይንን ጨፍኖ ምንም ነገር ቢገጥመኝ ለማለፍ ጨክኛለሁ ከማለት ይልቅ በመንገዴ ላይ ሊገጥሙኝ የሚችሉትን እንቅፋቶች በሚገባ አስቦና ዘርዝሮ ብልሃቱንና ልቦናን አዘጋጅቶ መጀመር እጅግ ወሳኝ ጉዳይ ነው፡፡ አንዳንዱ እንቅፋት ጽንአትን ብቻ ሊፈልግ ይችላል፡፡ ሌሎች እንቅፋቶች ደግሞ መለስ ብሎ ራስን መመልከትን ወይም ደግሞ ምክርንና

ድጋፍም ሊጠይቁ ይችላሉ፡፡ ይህንን ለይቶ መዘጋጀት ጠቃሚ ነው፡፡

ራስን የማሻሻል ጥያቄ - ወደዚህ የተሻለ ስፍራ ለመግባት ራሴን በምን መልኩ ማሻሻል አለብኝ?

ሂሳቡ ግልጽ ነው፣ እኔ ስሻሻል ሁኔታዬም እንዲሁ ይሻሻላል፡፡ አንድ ሰው በአመለካከቱና በእውቀቱ ሳይሻሻል ወደ ተሻለ ደረጃ ሲገባ እጅግ አሳዛኝ ሁኔታ ነው፡፡ የሰዎች አመለካከት ሳይሻሻል ኢኮኖሚያቸውና አካባቢያቸው ሲሻሻል ውጤቱ ተመልሶ ወደነበሩበት መውረድ ነው፡፡ ወደ ተሻሻለ ደረጃ እንድንደርስ የሚያስፈልገው አመለካከት ነው በተሻለ ቦታ እንድንቆይ የሚያስችለን፡፡

የድጋፍ ጥያቄ - ወደዚህ ግብ ለመድረስ ሊያግዘኝ የሚችል ሰው ማን ነው?

እስካሁን የደረስንበትን ደረጃና አልፈን የመጣናቸውን አንዳንድ እንቅፋቶች ስናጤናቸው አንድ ያገዘን ሰው እንዳለ ማስታወስ ጊዜ አይፈጅብንም፡፡ አሁንም ቢሆን አላማዬን እውን ለማድረግ ሊያግዙኝ የሚችሉ ሰዎች በዙሪያዬ አሉ፡፡ አንዳንዶቹ የቅርብ ሰዎች ስለሆኑ ለማሳመን ብዙ ጊዜ አይፈጅብንም፡፡ ሌሎቹ ግን የሩቅ ሰዎች ሊሆኑ ይችላሉ፡፡ ካሰብንበት ግን ድጋፋቸውን የማግኛ መንገድ ማግኘት እንችላለን፡፡

የመነሳሳት ጥያቄ - ከዚህ ግብ የማገኘው ጥቅም ምንድን ነው?

አንድን ነገር በትጋት ለመስራት የሚያነሳሳን ዋነኛ ነገር ተግባሩ ስኬታማ ቢሆን የማገኘውን ጥቅም ሳስብ ነው፡፡ መጨረሻው ላይ ምንም ጥቅም የማላገኝበት ነገር በውስጤ መነሳሳትን የመፍጠሩ ነገር አጠራጣሪ ነው፡፡ ስለዚህ፣ ወደ አሰብኩት ግብ ስደርስ የማገኛቸውን ጥቅሞችና በግል ሕይወቴ፣ በስራዬም ሆነ በቤተሰቤ ላይ የማገኘውን ለውጥ በማሰብ ወደዚያ ግብ የመገስገስን መነሳሳት ማዳበር እችላለሁ፡፡

የእርምጃ ጥያቄ - በየቀኑ፣ በየሳምንቱ፣ በየወሩና በየዓመቱ፣ ማከናወን ያለብኝ ነገሮች ምንድን ናቸው?

ትልቅ ተራራ የመውጣት ሂደት የሚጀምረው በአንድ እርምጃ ነው፡፡ ወደ አንድ ትልቅ ግብ የመድረስም ሂደት ተመሳሳይ ነው፡፡ ትልቁን ስራ "ስባብሮ" ሊተገበሩ በሚችሉ

ጥቃቅን እንቅስቃሴዎች በመሸንሸን ወደ እርምጃ መግባት ይቻላል። አለዚያ፣ የግቡ ግዙፍነት ላይ ብቻ ማተኮር እግሮቻችንን የማሰርና እንዳንንቀሳቀስ የማድረግ አሉታዊ ተጽእኖ አለው።

ከላይ የተመለከትናቸው ግብ የማውጣት ቅድመ-ዝግጅቶች በሚገባ ካጤንን በኋላ ግብን እንዴት ማውጣት እንደምንችል ተግባራዊ እውታዎችን መመልከት አስፈላጊ ይሆናል። የሚቀጥለው ምእራፍ ትኩረት ግብ የማውጣት ጥበብን አስመልክቶ ይሆናል።

- 15 -

ስኬታማ የግብ አወጣጥ ዘዴ

ጥናት እንዲህ ይለናል፡- “የአንድ ሰዓት እቅድ የማውጫ ጊዜ መውሰድ 10 ሰዓታትን ከማባከን ያድነናል፡፡ ትክክል ነው፣ የግል ህይወትን በተዋጣለት መንገድ ለመምራት ግብ ማውጣት የግድ ነው፡፡ አንዳንድ ሰዎች ግብ ማውጣት ማለት ማድረግ የሚፈልጉትን ነገር አስቦ ያንን ነገር እውን ለማድረግ ተግባር መጀመር ብቻ ነው ብለው ያስባሉ፡፡ ይህ አመለካከት እውነትን ያዘለ አመለካከት ነው፡፡ ሆኖም አንድ ሰው ግብን አውጥቶ በተዋጣለት መልኩ ለመተግበርና ስኬታማ ለመሆን ከዚህ ቀለል ካለ አመለካት ያለፈ እይታና እንቅስቃሴ ይጠይቀዋል፡፡

የግብ አወጣጥ ጥበብ በአጭሩ ከመመልከታችን በፊት በግብ (Goal) እና በተግባር (Activity) መከካል ያለውን መሰረታዊ ልዩነት ማወቅ አስፈላጊ ነው፡፡ አንዳንድ ሰዎች ግባቸውንና የየእለት ተግባራቸውን ለይተው አይመለከቷቸውም፡፡ ስለዚህ ይህንና ያንን ሲያደርጉ ጊዜያቸውን የባክናሉ፡፡

ግብ (Goal) ማለት ልንደርስበት የምንፈልገው ፍጻሜ ነው፡፡ ለማከናወን የምንፈልገው፣ በጽኑ የምንከታተለውና በመጨረሻ ልናገኘው የምንመኘው ውጤት ነው፡፡ ተግባር (Activity) ወደዚያ ግብ ለመድረስ የምንወስደው እርምጃ ነው፡፡ ወደ ግባችን ከፍታ ለመድረስ የምንጠቀምባቸው መንገዶች ናቸው፡፡ ለምሳሌ፣ አንድ ሰው፣ “በዚህ አሥት በሳምንት ሶስት ቀን ስፖርት የመስራትን ግብ አውጥቻለሁ” ብሎ ሲናገር ከተሰማ፣ ግብንና እንቅስቃሴን ለይቶ አለማወቁን ያመለክታል፡፡

በሳምንት ሶስት ቀን ስፖርትን መስራት እቅድ እንጂ ግብ አይደለም፡፡ ይህንን የተዛባ ትርጓሜ ለማጥራት ሰውየው፣ “በሳምንት ሶስት ቀን ስፖርት የምሰራው ለምንድነው?” የሚለውን ጥያቄ መመለስ በቂ ነው፡፡ መልሱ ምናልባት፣ “ጤንነቴን ለመጠበቅ” ከሆነ፣ ግቡን አገኘው ማለት ነው፡፡ ስለዚህ፣ የሰውየው ግብ፣ ጤንነትን መጠበቅ ሲሆን፣ እዚያ ግብ ለመድረስ የሚወስደው እርምጃ ወይም እንቅስቃሴ ደግሞ በሳምንት ሶስት ቀን ስፖርትን መስራት ነው፡፡

ጥያቄው እንግዲህ፣ ለማድረግ የፈለከውን ነገር ለማድረግ ያሳሰበህ ምንድን ነው? ምን ውጤት ለማምጣት ነው ስፖርትን የምትሰራው? እነዚህን ጥያቄዎች መመለስ በአንድ ጎኑ ግብንና እንቅስቃሴን እንድትለየው ሲረዳህ፣ በሌላ ጎኑ ደግሞ ከእንቅስቃሴ ባሻገር ያለውን ግብ ስለምትመለከት ታላቅ የሆነን መነሳሳት ይሰጥሃል፡፡ ግብን ያላማከለ እንቅስቃሴ እስከመጨረሻው አይዘልቅምና፡፡ ይህንን እይታ በሶስት ከፍለን ለመመልከት እንችላለን፡፡

- “ግብ” ማለት መጨረሻ ላይ ስኬታማ እንደሆንን የምናውቅበትና ለማየት የምንፈልገው ትልቁ ስእል ነው፡፡ ለምሳሌ፣ በአካል ብቃትና በሰውነት የክብደት መጠን መስመር ላይ በመግባት ጤናማ መሆን፡፡

- “እቅድ” ማለት እዚያ ግብ ለመድረስ የምንወስዳቸው እርምጃዎች ናቸው፡፡ ለምሳሌ፣ እዚያ ከላይ የጠቀስነው የአካል ብቃት መስመር ውስጥ ለመግባትና ጤናማ ለመሆን የምንወስደው እርምጃ እንደማለት ነው፡፡ ለምሳሌ፣ በሳምንት ሶስት ቀን ስፖርትን መስራት፡፡

- “ተግባር” ማለት ያንን ለመውሰድ የወሰንነውን እርምጃ ተግባራዊ የምናደርግባቸው ጥቃቅን እንቅስቃሴዎች ናቸው፡፡ ለምሳሌ፣ ከላይ የጠቀስነውን “በአካል ብቃትና በሰውነት የክብደት መጠን መስመር ላይ በመግባት ጤናማ መሆን” የተሰኘ ግብ እና ያንን እውን ለማድረግ ያቀድነውን የስፖርት መስራት እቅድ ተግባራዊ ለማድረግ፣ “በሳምንት ሶስት ቀን አንድ ኪሎ ሜትር መሮጥና ለ20 ደቂቃ ገመድ መዝለል” የሚል ተግባር መታከል አለበት፡፡

ሌላ ምሳሌ ብንመለከት፣ ግብህ በዲግሪ በመመረቅ ራስህንና ኑሮህን ማሻሻል ሊሆን ይችላል:: እቅድህ ደግሞ ያንን ግብህን ተግባራዊ የምታደርግበት እርምጃ ነው:: ለትምህርትህ የሚገባውን ጊዜ ሰጥተህ መከታተል እንደማለት ነው::

ተግባርህ ደግሞ ያንን እንቅስቃሴ ሙሉ የምታደርግበት የየእለት ተግባርህ ነው:: መቼ የትኛውን ምእራፍ ማጥናት እንዳለብህና የመሳሰሉት ማለትህ ነው:: እንግዲህ ግብን፣ እቅድንና የየእለት ግብረትን ስኬታማ በሆነ መልኩ ለመያዝ በግብ አወጣጥ ዘዴ ሙብሰል የግድ ነው:: ከዚህ በታች በግብ አወጣጥ ዘዴ እንዴት ስኬታማ መሆን እንደምንችል እንመለከታለን::

በብዙ ሰዎች ተቀባይነት ያለውን ስማርት (SMART) በመባል የታወቀውን የግብ አወጣጥ ጥበብ መጠቀም እጅግ ጠቃሚ ነው:: ይህንንና ሌሎችን የግብ ባህሪያት ለመገንዘብ "አመራር A to Z" የተሰኘውን መጽሐፌን በማንበብ ይጠቀሙ):: በአጭሩ ግን በተጠቀሰው መጽሐፌ ውስጥ የተብራራው ይህ የግብ ባህሪ እንደሚከተለው ነው::

- አጭርና ግልጽ የሆነ (S – Specific):: አንድን ተግባር ለማከናወን የምናወጣው ግብ ረጅምና የተንዛዛ ከሆነ ግራ አጋቢና ተስፋ አስቆራጭ ሊሆን ይችላል::

- ሊመዘን የሚችል (M – Measurable):: አንድን ግብ «መመዘን ካልቻልክ መምራት አትችልም» የሚለው አባባል እውነት ነው:: ስለዚህ የምናወጣው ግብ ምንነቱንና ውጤቱን የምንመዝነው ሊሆን ይገባል::

- ሊደረስበት የሚችል (A – Attainable):: አንድ ግብ ትልቅ ከመሆኑ የተነሳ ትጋታችንንና ጽንአታችንን የሚፈትን ወይም የሚወጥረን፣ ቀላል ከመሆኑ የተነሳ ደግሞ ሊደረስበት የሚችል ሊሆን ይገባዋል::

- ከዋናው ራዕይ ጋር የሚጣጣም (R – Relevant) :: የጥቃቅን ግቦቻችን መሳካት ነው የዋናውን ራእይ ፍጻሜ የሚወስነው:: ይህ እንዲሆን ግቦቻችን ሁሉ ከዋናው ራእያችን ጋር አብረው የሚፈስሱ መሆናቸውን እርግጠኛ መሆን አለብን::

- የጊዜ ገደብ ያለው (T – Timebound)። ያወጣነውን ዋነኛ ግብና የጊዜ ገደብ ስንከታተል በመካከሉ የግቡ መስመር ላይ መሆናችንን የሚያሳዩንን መመዘኛዎች ከጊዜ ገደብ ጋር ማስቀመጥ ተገቢ ነው።

አንድ ሰው ሕይወቱን ካለበት ስፍራ አንስቶ መድረስ ወዳለበት ደረጃ ለመውሰድ ግብን ማውጣቱ የግድ ነው። ግብን የማውጣት ልምምድ የተወሳሰበንና ግዙፍ የሆነን ተግባር ከማቅለሉ ባሻገር ተግባሮችን ሳናከናውን ጊዜ እንዳያልፍብንም የምንቆጣጠርበት ብቸኛ መንገድ ነው። ግብን የማውጣት ተግባር በብዙ ሰዎች የተለመደ አይደለም። ይህ የሆነበት ምክንያት ከልጅነታችን ጀምሮ በቤተሰብም ሆነ በትምህርት ቤት በምሳሌነት የመሩን ሰዎች አለመኖራቸው ነው።

ይህ ሁኔታ ሳናስበው አመለካከታችን ላይ ተጽእኖ አምጥቷል። ከእነዚህ አመለካከቶች አንዱ ፊታችን ቀድሞ ለደረሰው ነገር ምላሽ የመስጠት አመለካከት ነው። የሚቀጥለው ክፍል ከዚህ እውነት አንጻር ጠቃሚ ምእራፎችን ይዟል።

- ክፍል ስድስት -

ጊዜና ቅደም ተከተልን የማወቅ ጥበብ

"የሚያጣድፍ ነገር ሁሉ አስፈላጊ ነገር አይደለም" - Stephen Covey

አንድ ቀን አንድ የማኔጅመንት ሳይንስ ሊቅ ለተማሪዎቹ ንግግር በማድረግ ላይ ነበር፡፡ ይህ ሰው ለእነዚህ በጣም ለተነሳሱና ብሩህ አእምሮ ላላቸው ተማሪዎች በመናገር ላይ እያለ አንድን ነገር አደረገ፡፡ አንድ ባሊ አመጣና ጠረጴዛው ላይ ካስቀመጠ በኋላ ድንጋዮችን በማምጣት ባሊውን አፉ ድረስ ጢም አድርጎ በድንጋይ ሞላው፡፡ ይህንን ካደረገ በኋላ፣ "ይህ ባሊ ሙሉ ነው የሚል እጁን ያውጣ" አለ፡፡

በክፍሉ ያሉ ተማሪዎች በሙሉ እጃቸውን አወጡ፡፡ "እርግጠኛ ናችሁ?" አላቸው፡፡ "አዎን" በማለት እርግጠኝነታቸውን አረጋገጡለት፡፡ ከዚያም ከጠረጴዛው ስር አስቀምጦት ወደነበረው ሌላ ባሊ እጁን ዘርግቶ አነሳውና በውስጡ ያለውን ጠጠር ወደዚያ ድንጋይ ሞልቶበት ወደነበረው ባሊ አፈሰሰው፡፡ ጠጠሮቹ ሹልክልክ እያሉ ባገኙት ቀዳዳ ሁሉ ገቡ፡፡

"አሁንስ ባሊው ሙሉ ነው የምትሉ ስንት ናችሁ?" አለ መልሶ፡፡ አሁን አሰልጣኙ ምን ሊል እንደፈለገ በመጠኑ እየገባቸው ስለመጣ በማንገራገር የተደባለቀ ምላሽ ሰጡት፡፡ አንዳንዶቹ፣ "አሁን ሙሉ ነው" ሲሉ፤ ሌሎቹ ደግሞ፣ "አሁንም አልሞላም" አሉ፡፡ አሁንም በመቀጠል እጁን ወደ ጠረጴዛው ስር ሰደድ በማድረግ ሌላ ባሊ አነሳ፡፡

ይህኛው ባሊ በአሸዋ የተሞላ ነው፡፡ ወዲያውኑ አሸዋውን ወደዚያ ድንጋይና ጠጠር ሞልቶበት ወደነበረው ባሊ አፈሰሰው፡፡ አሸዋዎቹ ሹልክልክ እያሉ ባገኙት ቀዳዳ ሁሉ ገቡ፡፡ ለሶስተኛ ጊዜ፣ "አሁንስ ባሊው ሙሉ ነው የምትሉ ስንት ናችሁ?" አሁን

ተማሪዎቹ በሙሉ በአንድ ቃል፣ “ባሊው አሁንም አልሞላም” ብለው መለሱለት፣ አካሄዱ ገብቷቸው:: አሰልጣኙ እንደገና ሌላ ውኃ የሞላበት ባሊ ከጠረጴዛው ስር በማንሳት ድንጋይ፣ ጠጠርና አሸዋ ሞልቶበት ወደነበረው ባሊ አፈሰሰውና በባሊው ውስጥ ሌላ ምንም ነገር መጨመር እስከማይቻል ድረስ ሞላው::

የመጨረሻው ትምህርታዊ ጥያቄ እንዲህ የሚል ነበር:: “ከዚህ ምሳሌ የምናገኘው ዋና ቁምነገር ምንድን ነው?” አላቸው:: አንዱ ሰልጣኝ እጁን አውጥቶ፣ “ምንም እንኳ ጊዜህ በብዙ ነገር ቢጨናነቅ፣ አሁንም ሌላ ነገርን አጨናንቀህ ማድረግ እንደምትች ነው” አለው::

አሰልጣኙም፣ “ተሳስተሃል! የዚህ ምሳሌ ዋነኛ ትምህርት በመጀመሪያ ትልልቆቹን ድንጋዮች ባሊው ውስጥ ባትጨምር ኖሮ ትንንሾቹን ጠጠሮች፣ አሸዋውንና ውሃውን መጨመር አትችልም ነበር:: ትልልቆቹ ድንጋዮች የሚወክሉት በሕይወትህ ያሉትን ዋና ዋና የሕይወት አላማዎችና ግቦች ነው::

ቤተሰብህ፣ ጤንነትህ፣ የትምህርትህ አቅጣጫ፣ ዋነኛ ሕልሞችህና የመሳሰሉት … ዋና ዋና ከሚባሉት “ድንጋዮች” መካከል ይገኛሉ:: በመጀመሪያ በእነዚህ ነገር ካልተደላደልክና የሕይወትህን አቅጣጫ ካልሞላኸው፣ በጥቃቅን ነገሮች ተጨናንቀህ ሕይወትህን ታባክናለህ::

አንዳንድ ሰዎች ጊዜን በአግባቡ የመጠቀምን ጥበብ ማዳበር በራሱ እጅግ አድካሚ ስራ ነው ብለው ያስባሉ:: ነገር ግን ሁኔታው የምርጫ ጉዳይ ነው:: ዛሬ የሕይወቴን ዋና ዓላማ በመለየትና ቅድሚያን ለእርሱ በመስጠት መልክ የያዘ ሕይወት ለመኖር ማቀድ ካልቻልኩ ነገ በዚህና በዚያ የባከነውን ጊዜዬን መለስ ብዬ ከማየትና ከመቆጨት ውጪ ምንም ነገር ለማድረግ ያስቸግረኛል:: ለዚህም ነው በዚህ ክፍላችን ውስጥ የሚገኙት ሶስት ጥበቦች የሚያስፈልጉን::

በእነዚህ ምእራፎች ውስጥ ቅድሚያ ልንሰጠው የሚገባንን ጉዳይ ስለማስቀደምና ያንንም ቅደም ተከተል በጥንቃቄና በወቅቱ ስለመተግበር እንማራለን::

- 16 -

አስፈላጊውን የማስቀደም ጥበብ

በፈረንጆቹ አቆጣጠር በ1912 ታላቂቷ መርከብ ታይታኒክ በአትላንቲክ ውቂያኖስ ውስጥ መስጠሟ ለብዙ ሰዎች የሕይወት ማለፍ ምክንያት እንደሆነ ይታወሳል፡፡ በዚህ አስደንጋጭ አደጋ ወቅት የተከናወኑ በርካታ ታሪኮች ይነገራሉ፡፡ ከእነዚህ ታሪኮች መካከል የአንዲት ሴት ታሪክ ይህንን አስፈላጊው ላይ የማተኮርን አስፈላጊነት አጉልቶ ያሳየናል፡፡ ይህቺ ሴት ለአደጋ ጊዜ በተዘጋጁ አነስተኛ ጀልባዎች ላይ ለመግባት እድል አግኝታ ተሳፍራ እያለች በመስጠም ላይ ወዳለችው ታይታኒክ ተመልሳ በመግባት አንድ ነገር ይዛ እንድትመጣ ፈቃድ ጠየቀች፡፡ የተሰጣት ጊዜ 3 ደቂቃ ብቻ ነበር፡፡ በእነዚህ አጭር ደቂቃዎች ወደመርከቧ ተመልሳ ያመጣችው የነበራትን ንብረት አልነበረም፤ ብርቱካኖችን ይዛ ተመለሰች፡፡

ይህቺ ሴት በአስፈላጊው ነገር ላይ የማተኮር ጥበብ የገባት ሴት ነበረች፡፡ በዚያን ጊዜ ትታ ስለመጣችው ብርና ወርቅ ብትጨነቅና እነሱን ይዛ ብትመጣ በውቅያኖስ ላይ ለሚኖራት ረጅም ጉዞ ምንም እንደማይጠቅማት፣ ብርቱካኖቹ ግን የሞትና የሕይወትን ጉዳይ ሊወስኑላት እንደሚችሉ ገብቷት ነበር፡፡

ብዙውን ጊዜ ጠዋት ተነስተን የእለቱን የኑሮ ግብግብ ስንጋፈጠው ቀድሞ የመጣውን ነገር የማድረግ ዝንባሌ ነው ያለን፡፡ የሶጮኸውን፣ ካለማቋረጥ ያንኳኳውንና የነዘነዘንን ሁኔታ የማስቀደም ዝንባሌ አለን፡፡

ሆኖም፣ ጊዜአችንን በሚገባ የመጠቀምን ጥበብ ስናዳብር አጣዳፊ ከሚመስለው ነገር

ዘወር በማለት አስፈላጊውን የማስቀደም ብልሃት እንማራለን፡፡ ይህ ማለት አጣዳፊው ሁሉ ችላ መባል የሚገባው ነገር ነው ማለት አይደለም፡፡

አንድ ነገር ስላጣደፈን ብቻ ለዚያ ነገር ቅድሚያ መስጠት የለብንም ማለት ነው፡፡ በሌላ አባባል ስሜታችንን ላነሳሳውና ትኩረታችንን ለሳበው ሳይሆን ካወጣነው እቅድ አንጻር የመኖርን ዘይቤ ማዳበር ማለት ነው፡፡

የፓሬቶ መመሪያ

በፈረንጆች አቆጣጠር በ1897 ዓ.ም. ቪልፍሬዶ ፓሬቶ የተሰኘ ጣሊያናዊ ኢኮኖሚስት በ19ኛው ክፍለ ዘመን በሃገሩ ውስጥ ያለው የብልጽግና ሁኔታና ሃብት በማን እጅ እንዳለ ጥናት ሲያደርግ አንድን እውነት አገኘ፡፡ አብዛኛው መሬትና የገንዘብ ገቢ ጥቂት በሆኑ ዜጎቿ እጅ እንዳለ ተገነዘበ፡፡ እንደውም ጠለቅ ብሎ ሁኔታውን ሲያጠናው፣ 20 በመቶው የአገሩ ህዝብ 80 በመቶውን የአገሪቱን ሃብት በቁጥጥሩ ስር እንዳደረገና እንደሚያንቀሳቅስ ተረዳ (ምንጭ፡- https://www.forbes.com/sites/kevinkruse/2016/03/07/80-20-rule/#15390fd43814)፡፡

ይህን ግኝት የ80 በ20ው መርህ በመባል ይታወቃል፡፡ የሚከተሉትን የዚህ መርህ አመላካቾች ናቸው በመባል የሚታወቁትን ነጥቦች እንመልከት፡፡

- 20 በመቶው ወንጀለኛ 80 በመቶውን ወንጀል ይሰራል፡፡
- 20 በመቶው ሹፌር ለ80 በመቶው የመኪና አደጋ ተጠያቂ ነው፡፡
- 20 በመቶው ባለትዳር 80 በመቶውን ፍቺ ይፈጽማል፡፡
- 20 በመቶው መንገድ 80 በመቶውን መኪና በማስተናገድ ይጨናነቃል፡፡
- 20 በመቶውን ልብሶቻችንን 80 በመቶ ጊዜ እንለብሳቸዋለን፡፡
- 20 በመቶው የመጽሐፍ ክፍል 80 በመቶውን ቁም ነገር ይይዛል፡፡

ይህ የ80 በ20ው የተሰኘው መርህ በሕይወታችን ትኩረት ሊሰጠው የሚገባ ጉዳይ

መሆኑን ተግባራዊ ለማድረግ የሚከተሉትን ሁኔታዎች እናጢን፡፡

የቀን ውሎአችንን አስመልክቶ - 80 በመቶ ጊዜያችንን ዓላማችን ባለበትና ወደ ግባችን በሚያራምደን ነገር ላይ፣ 20በመቶውን ጊዜአችንን ደግሞ ከዚያ ባነሱ ነገሮች ላይ ማሳለፍ፡፡

ሰዎችን አስመልክቶ - 80 በመቶውን ጊዜያችንን ከዓላማችን ጋር ከሚራመዱ፣ ከሚወድዱን፣ ከሚቀበሉንና ከሚደግፉን ሰዎች ጋር፣ 20 በመቶውን ጊዜያችንን ደግሞ ስለ እኛ ብዙም ግድ ከማይላቸው ሰዎች ጋር ማሳለፍ፡፡

የምናነባቸውን መጻሕፍት አስመልክቶ - 80 በመቶው የምናነባቸው መጻሕፍት ከዛሬው ስራችን ጋር የተያያዘን ብቃታችንን የሚያሳድጉልንና መሆንና ማድረግ ከምንፈልጋቸው የወደፊት ራእዮቻችን ጋር የተያያዙ፣ 20 በመቶው መጻሕፍት ደግሞ ለመዝናናትም ሆነ ለተለያዩ መረጃዎችና ለመሳሰሉት የምናነባቸው መጻሕፍት ቢሆኑ ስኬት ይሰፋል፡፡

በአጣዳፊውና በአስፈላጊው መካከል መለየት

በየዕለቱ ጉልበታችንን፣ ጊዜአችንንና ትኩረታችንን የሚፈልጉ ብዙ ተግባሮች አሉ፡፡ ጊዜአችንን በሚገባ ለመጠቀም ከፈለግን፣ ጥያቄ ያቀረበውን ተግባር ሁሉ ማስተናገድ አይገባንም፡፡ በምትኩ በአስፈላጊውና በአንገብጋቢው መካከል መለየት ይገባናል፡፡ ብዙውን ጊዜ ጊዜአችንን የሚወስደው ራሱን አንገብጋቢና አጣዳፊ አድርጎ የቀረበ ጉዳይ ነው፡፡

ትኩረታችን ግን አጣዳፊ ከሚመስለው ተነስቶ አስፈላጊ በሆነው ጉዳይ ላይ ማረፍ አለበት፡፡ በአስፈላጊውና በአጣዳፊው ላይ የማተኮርን ጽንሰ-ሃሳብ ለመጀመሪያ ጊዜ ለአንባቢ ያስተዋወቁት ስቲቨን ኮቪ ናቸው፡፡ የእኚህ ጸሃፊ ዋና ሃሳብ ሲጨመቅ ከዚህ በታች የተዘረዘረውን ይመስላል (ምንጭ፡-https://sidsavara.com/coveys-time-management-matrix-illustrated/)፡፡

1. በጣም አስፈላጊ / በጣም አጣዳፊ

ይህ ተግባር አንድ ሰው ከሁሉ ሊያስቀድመው የሚገባ ተግባር ነው፡፡ ለምሳሌ፣ የልጁ

ጤንነት በአስጊ ሁኔታ ላይ ያለ ወላጅ ለልጁ ሊሰጠው የሚገባ ትኩረት በጣም አስፈላጊና ጉዳዩም አጣዳፊ ስለሆነ ከዚህ ይመደባል፡፡ ጉዳዩ አስፈላጊው እርምጃ በአፋጣኝ ካልተወሰደበት ጊዜው ሊያልፍና ጉዳትን ሊያስከትል ይችላል፡፡

2. በጣም አስፈላጊ / ብዙም የማያጣድፍ

ይህ ተግባር አንድ ሰው በሁለተኛ ደረጃ ለማከናወን የቀን ገደብ ሊያወጣለት የሚገባ ተግባር ነው፡፡ ለምሳሌ፣ ስለቢሮ ሁኔታ የተለያዩ ሊሻሻሉ ስለሚገባቸው ጉዳዮች መወያየትና እርማቶችን መውሰድ በጣም አስፈላጊ ነው፣ ነገር ግን የቀን ቀጠሮ ቢሰጠውና ጊዜውን ቢጠብቅ ያን ያህል ላያጣድፍ ይችላል፡፡

3. ብዙም የማያስፈልግ / በጣም የሚያጣድፍ

ይህ ተግባር አንድ ሰው ትርፍ ጊዜውን ወስዶ በፍጥነት በማጠናቀቅ ወደ ሌሎች አስፈላጊ ጉዳዮች ዘወር ሊልበት የሚገባ ተግባር ነው፡፡ ቢቻል ሌሎች እንዲሰሩት ሰዎችን መመደብ አስፈላጊ ነው፡፡ ይህ ሁኔታ ትኩረት አሳጪ ሁኔታ ነው፡፡ ለምሳሌ፣ በየጊዜው ለተለያዩ ጥቃቅን ጉዳዮች አሁኑኑ ካላገኘኹህ የሚል ምክር ፈላጊ በጣም ሊያዋክበን ቢችልም ተረጋግተን ምላሽ መስጠት እንችላለን፡፡

4. ብዙም የማያስፈልግ / ብዙም የማያጣድፍ

ይህ ተግባር አንድ ሰው በፍጹም እጁን ሊያስገባበት የማይገባ የተግባር አይነት ነው፡፡ ይህ ሁኔታ ጊዜ አባካኝ ሁኔታ ነው፡፡ ለምሳሌ፣ ሌሎች ሊሰሩት የሚችሉ ሰዎችን በመመደብ ሊከናወኑ የሚገባቸው ተግባሮች እዚህ ይመደባሉ፡፡ ይህ ሁኔታ የነገሩ አለመከናወን የሚያስከትለው ምንም ችግር የሌለበት ሁኔታ ነው ፡፡

ከላይ ለመግለጽ እንደተሞከረው ማከናወን የሚገቡንን ወሳኝና ዋና ነገሮች ትተን ቀድሞ ሃሳባችንን ያገኘውን ይህንና ያንን በማድረግ ጊዜያችንን እንዳናባክን የሚረዳን የመጀመሪያ እውነት አስፈላጊውን ነገር የመለየትና እዚያ ጉዳይ ላይ የማተኮር ዘይቤ ነው፡፡

እነዚህን አስፈላጊ ነገሮች በማስቀደምና ሌሎቹን ሊከተሉ የሚገባቸውን ነገሮች በማስከተል ወደ ስኬት ለመዝለቅ ያከናወንነውንና ያላከናወንነውን ተግባር የምንለይበት መንገድ ያስፈልገናል፡፡ ለዚህ ነው ተግባራችንን የመጻፍና የመከታተል መንገድ መከተል ያለብን፡፡ ይህንን ልምምድ እንዴት ልናዳብር እንደምንችል በሚቀጥለው ምእራፍ ውስጥ እንመለከታለን፡፡

- 17 -

የተግባር ዝርዝር የማውጣት ጥበብ

በቀደመው ምእራፍ ለመመልከት እንደሞከርነው በብዙ እቅድ የተሞላውን አዲስ ቀን ለማስተናገድ ጠዋት ስነሳ ቀድሞ የመጣውንና "ያንገበገበኝን" ተግባር ለመፈጸም ከመቸኮል ይልቅ ካወጣሁት ግብ አንጻር ተግባር ውስጥ መግባት ወሳኝ ጉዳይ ነው፡፡ ለዚህ ነው ከላይ እንደተመለከትነው በአስፈላጊው ነገር ላይ የማተኮርን ጥበብ ማዳበር ያለብን፡፡ ይህንን ጥበብ መለማመድ ከጀመርን በኋላ አንድ አጋዥ የሆነ ልምምድ መጨመር ያስፈልጋል፡፡ ይህ ልምምድ የተግባር ዝርዝር (Checklist) የማውጣት ልማድ ነው፡፡

የተግባር ዝርዝርን መጠቀም ውጤታማነታችንን 20 በመቶ እንደሚጨምር ይታመናል፡፡ ከዚያም ባሻገር አእምሮአችን ላይ የምንሸከመውን ብዙ ተግባሮችን የማስታወስ ጫና በማቃለል ጭንቀትንና ድካምን ያስወግድልናል፡፡ ይህ የተግባር ዝርዝር ከወጣ በኋላ ቅደም ተከተሉን በመለየትና በማዋቀር ለተግባር መዘጋጀት ጠቃሚ ነው፡፡ ይህንን ልማድ ስኬታማ በሆነ መልኩ ለመከተል የተለያዩ ልማዶችን ማዳበር የግድ ነው፡፡

ግብንና ተግባርን የመጻፍ ልማድ

በየቀኑ የተግባር ዝርዝር መጻፍ

ማከናወን ያለብንን ተግባር እንደ አስፈላጊነቱ ካወጣነው ዋና ግብ አንጻር በአጀንዳ ላይ ማስፈር እጅግ አስፈላጊና መተኪያ የሌለው መንገድ ነው፡፡

በየቀኑ ተግባርን ማዋቀር

በየቀኑ ምንም እንቅስቃሴ ውስጥ ከመግባታችን በፊት ቢያንስ ከ10 እስከ 15 ደቂቃዎች ጊዜን በመውሰድ ያወጣነውን የተግባር ዝርዝር በሚገባ በማጤን ማዋቀርና ቅደም ተከተል ማውጣት አስፈላጊ ነው:: ከሁሉ የተሻለው ጊዜ ማታ ወደ እንቅልፍ ከመሄዳችን በፊት የነገን እቅድ በመንደፍና ቅደም ተከተል በማስያዝ ማደር ነው:: ይህ ልምምድ ተግባራችንን በውስጠ-ሕሊናችን በስሎ እንዲያድር የማድረግ ጥቅም አለው::

በየቀኑ ግምገማን ማካሄድ

የትናንትን እቅድና የተግባር ዝርዝር በተሳካ ሁኔታ ተግባራዊ የማድረጌንና ያለማድረጌን ሁኔታ የማውቅበት ብቸኛ መንገድ ግምገማ ነው:: በቀኑ መጨረሻ ላይ ለዚያ ቀን መድቤው የነበረውን ተግባር ማጠናቀቄንና አለማጠናቀቄን መለስ ብሎ ማየት ሁለት ዋና ዋና ጥቅሞች አሉት:: አንደኛ፣ ባከናወንኩት ተግባር የመርካትና ለወደፊቱ የመነሳሳት ጥቅም ሲሆን፤ ሁለተኛው ደግሞ ያልተከናወነውን ተግባር ጊዜው ሳያልፍ እንደገና በሚቀጥለው ቀን እቅድ ውስጥ የማካተት እድ የማግኘት ጥቅም ነው::

ብዙ ሰዎች እቅድ ሲያወጡም ሆነ ቀጠሮ ሲይዙ በማስታወስ ብቃታቸው ላይ የመደገፍ ዝንባሌ አላቸው:: ይህንን ልማድ ብንተገብራቸውም ሆነ ባንተገብራቸው ምንም ለውጥ ለማያመጡ ጥቃቅን ተግባሮች ብንጠቀምበት ችግር የለውም:: ነገር ግን በስኬታማነታችን ላይ ተጽእኖ ለሚያመጡ ሁኔታዎች የማስታወስ ብቃት ላይ መደገፍ አደጋው ያመዝናል:: ስለዚህ፣ ማንኛውም የእቅድ ንድፍ መከናወን ያለበት በጽሁፍ እንጂ በአእምሮ ውስጥ ሊሆን አይገባውም::

አጀንዳዎችን የመጠቀም ልማድ

ትክክለኛውን አጀንዳ መጠቀም

"አጀንዳ" የሚለውን ቃል ስንጠቀም በፍጥነት ወደ አእምሮአችን በየአመቱ በተለያየ ድርጅቶች የሚወጣ የአመቱን ወራት፣ ሳምንታትና ቀናት ከበዓላት ጋር ግልጽ አድርጎ የሚያሳየንን ጥራዝ ነው::

ባለንበት የኤሌክትሮኒክስ ዘመን ግን የአጀንዳ አጠቃቀም መልኩን እየለወጠ መጥቷል፡፡ በኮምፒውተሮቻችን ላይ አስገራሚ የሆኑ አጀንዳዎች የተፈለሰፉበት ዘመን ነው፡፡ ከዚያም በተጨማሪ የዘመኑ ስልኮች ግልጽ የሆነ ካላንደርንና የማስታወሻ መጻፊያ ብቃቶችን የያዙ ናቸው፤ ለዚያውም ከማስታወሻ ደውል ጋር! ስለዚህም እያንዳንዱ ሰው ለአመለካከቱና ለዝንባሌው የሚመችን አጀንዳ መጠቀም ስኬታማ ያደርገዋል፡፡ ምርጫው ሁለት ነው - የወረቀት አጀንዳ ወይም ኤሌክትሮኒክስ አጀንዳ፡፡

"ቋሚ" አጀንዳን የመጠቀም ልማድ

አንዳንድ ሰዎች አጀንዳን የመጠቀም ልማዱ አላቸው ነገር ግን ማስታወሻቸውን የሚይዙት የተለያዩ ቦታዎች ላይ ስለሆነ ስኬታማነታቸውን ያበላሸዋል፡፡ በሌላ አባባል፣ የተወሰኑትን ተግባሮቼን ቢሮዬ ባለው ኮምፒውተር ላይ ማስታወሻ ጽፌ ከሆነና ሌሎች ተግባሮቼን ከቢሮዬ ውጪ ሆኜ በእጄ ላይ ባለው ወረቀት ላይ ጽፌአቸው ከሆነ ራሴን ለግራ መጋባት እያጋለጥኩ ነው፡፡ ምክንያቱም፣ ለምሳሌ፣ ሁል ጊዜ ለማየት የሚቀናኝ አጀንዳ የወረቀቱን ከሆነ በኮምፒውተሬ ላይ የጻፍኳቸውን ማስታወሻዎች በቀላሉ ልዘነጋቸው እችላለሁ፡፡

እንደውም አንዳንድ ሰዎች ባገኙት ወረቀት ላይ ማስታወሻን በመጻፍ ኪሳቸው ወይም ቦርሳቸው ውስጥ ከተት ያደርጉታል፡፡ ይህ ልምምድ ማስታወሻ የመጻፍ ልማዳችንን ጎዶሎ የሚያደርግ ልምምድ ነው፡፡ መፍትሄው ያለው አንድና ብቸኛ አጀንዳን በመጠቀም ላይ ነው፡፡

"ተንቀሳቃሽ" አጀንዳን መጠቀም

ቀደም ብለን ለመመልከት እንደሞከርነው ሁለት አይነት አጀንዳዎች አሉ - የመጀመሪያውና የተለመደው የወረቀት አጀንዳ ሲሆን፣ ሁለተኛው ደግሞ እያደገ የመጣው የኤሌክትሮኒክስ አጀንዳ ነው፡፡ እነዚህን አጀንዳዎች እያንዳንዳቸውን ለሁለት ከፍለን ልንመለከታቸው እንችላለን - ተንቀሳቃሽና የማይንቀሳቀስ፡፡ ለምሳሌ፣ ወረቀት ነክ አጀንዳዎችን ስንመለከት፣ ጠረጴዛችን ላይ የምናስቀምጣቸው ወይም ደግሞ ግድግዳ ላይ የምንሰቅላቸው ሰፋፊ አጀንዳዎች "ቋሚ" አጀንዳዎች እንላቸዋለን፡፡

በተቃራኒው ደግሞ በእጃችንም ሆነ በቦርሳችን በየቦታው ይዘናቸው የምንዘዋወራቸውን አነስተኛ አጀንዳዎች፣ “ተንቀሳቃሽ” አጀንዳዎች ብለን እንጠራቸዋለን፡፡ ወደ ኤሌክትሮኒክሱ አጀንዳ ስንዞር ደግሞ በጠረጴዛ ላይ በተቀመጠው ኮምፒውተራችን ላይ የምንጠቀምባቸው አጀንዳዎች እንደ “ቋሚ” አጀንዳ ሲቆጠሩ፣ ወዲህና ወዲያ ስንል ከእጃችን የማይጠፉ፣ ለምሳሌ፣ በስልካችን ያሉትን አጀንዳዎች “ተንቀሳቃሽ” አጀንዳ እንላቸዋለን፡፡ እነዚህ “ተንቀሳቃሽ” አጀንዳዎች መጠቀም እጅግ ቀላልና አመቺ ነው፡፡

አንዳንድ ሰዎች የሚሰሩትን ስራ ቅደም-ተከተል የማስያዝ ችግር የለባቸውም፡፡ ነገር ግን ያንን ቅደም-ተከተሉን ጠብቀው ያቀዱትንና በዝርዝር ያስቀመጡትን ተግባር በጊዜው የማከናወን ችግር ሲያጠቃቸውና ተግባራቸውን ከነገ ነገ እያሉ ሲያንከባልሏቸው ይታያል፡፡ የዚህ ነገሮችን ለነገ የማስተላለፍን ልማድ መንስኤና መፍትሄው በሚቀጥለው ምእራፋችን እናጤናለን፡፡

- 18 -

የዛሬን ዛሬ የመተግበር ጥበብ

"ከባድ ስራ ማለት ማጠናቀቅ በሚገባህ ሰዓት ሳታጠናቅቅ ያለፍከው ቀላል የነበረ ስራ ማለት ነው" - Bernard Meltzer

- ሰኞ - ዛሬ ተራራውን ለመውጣት አስቤ ነበር ... ግን ገና እንደ ጀመርኩት ተጫጫነኝና ተመለስኩ::
- ማክሰኞ - ዛሬ ተራራውን ለመውጣት አስቤ ነበር ... ግን ገና ስጀምር መጨላለም ጀመረና ተውኩት::
- ሮብ - ዛሬ ተራራውን ለመውጣት አስቤ ነበር ... ግን ብርዱ አስፈራኝና ሃሳቤን ለወጥኩ::
- ኃሙስ - ዛሬ ተራራውን ለመውጣት አስቤ ነበር ... ግን ብዙ ማከናወን ያሉብኝ ነገሮች ትዝ አሉኝና አስተላለፍኩት::
- አርብ - ዛሬ ተራራውን መውጣት እንዳለብኝ ረስቼው ነበር ... ጓደኛዬ መጥቶ እስኪያስታውሰኝ ድረስ:: ያንን ተራራ ወጥቶ መመለሱ ነበር:: ድካሙን አይቼ ፈራሁና ቀረሁ::
- ቅዳሜ - ዛሬ ተራራውን ለመውጣት አስቤ ነበር ... ግን ገና ስጀምረው ትልቅነቱን አሰብኩና የማልጨርሰውን ነገር ባል ጀምረው ይሻለኛል ብዬ ተመለ ስኩ::
- እሁድ - ዛሬ ተራራውን መውጣት አስቤ ነበር ... ለካ ሰንበት ነው::

ስራን ለነገ የማስተላለፍ "ወላዋይነት" ብዙ ሰዎች የሚታገሉት ችግር ነው፡፡ ሰዓትን በቅጡና ስኬታማ በሆነ መልኩ ለመጠቀም ግን ይህ ልማድ ሊወገድ ይገባዋል፡፡ "ለነገ" እንድንልና ስራውን ሳናከናውን እንድናልፍ የሚያደርጉንን እንቅፋቶች ከመመልከታችን በፊት ችግሩ እንዳለብንና እንደሌለብን ለይቶ ማወቅ አስፈላጊ ነው፡፡

ለነገ አስተላላፊ ነህ?

ተግባርህን ለነገ የማስተላለፍ ችግር እንዳብህና እንደሌለብህ ለማወቅ የሚከተሉትን ጥያቄዎች እራስህን መጠየቅ ትችላለህ፡፡

- የሰዓትና የቀን ገደብ ያለው ስራ ሲሰጠኝ እጨናነቃለሁ?
- ስራዎችን አንድ ቀን ሲቀረው የመጀመርና የመሯሯጥ ዝንባሌ ያጠቃኛል?
- በስራዬ መካከል በሃሳብ የመወሰድ ዝንባሌ አለኝ?
- መከፈል ያለባቸውን (የስልክ፣ የመብራትና የመሳሰሉት) ክፍያዎች በሰዓቱ አልከፍልም?
- አንድን አስፈላጊ ውሳኔ ለመወሰን ሳምንታት፣ አንዳንዴም ወራት ይፈጅብኛል?
- አንድን ተግባር ለማጠናቀቅ ምን ያህል ጊዜ እንደሚፈጅብኝ የማስላት ብቃት ያንሰኛል?
- ጀምሬ ያልጨረስኳቸው በርካታ ስራዎች አሉኝ?
- አብዛኛውን ጊዜ በቀጠሮዬ ሰዓት አልደርስም?

ከላይ ለተዘረዘሩት ጥያቄዎች ለአብዛኛዎቹ አዎን የሚል መልስ ካለህ፣ ስራን ለነገ የማስተላለፍ ባህሪይ እንዳለብህ ጠቋሚ ነው፡፡ ተግባርን ለነገ የማስተላለፍ ችግር የተለያዩ መንስኤዎች አሉት፡፡ ከእነዚህ መንስኤዎች የሚከተሉት ዋና ዋናዎቹ ናቸው፡፡

ተግባርን ለነገ የማስተላለፍ መንስኤዎች

1. "ትክክለኛው" ስሜት እስኪመጣ ድረስ መጠበቅ

አንድ መከናወን ያለበትን ተግባር ለማከናወን ስሜትን ወይም "ሙድን" መጠበቅ ጊዜን ማባከን ነው፡፡ የስራው ወሳኝ የቀጠሮ ሰዓት ሲደርስ የምንፈልገው "ሙድ" ከሌለን

በቀላሉ ስራውን እናስተላልፈዋለን፡፡

2. ግልጽ ያልሆነ ግብ

የአንድ ተግባር ግብ በግልጽ ካልተጻፈና ካልታወቀ ለነገ በማስተላለፍ ነገሩን ማለፍ እንዲቀል ያደርጋል፡፡ ቀደም ባሉት ምእራፎች በተደጋጋሚ እንደተመለከትነው ግብን ማውጣት ስራን ለመስራት ምቹ ዝንባሌ ይሰጠናል፡፡

3. የስራውን ከባድነት መፍራት

አንድ ተግባር ከበድ ያለ፣ የተወሳሰበ፣ ጊዜንና ትኩረትን የሚጠይቅ ሲሆንና ከአቅማችን በላይ የሆነ ሲመስለን ለነገ በማስተላለፍ ጊዜያዊ የአእምሮ እረፍት የማግኘትን ምርጫ እንድንከተል ይገፋፋል፡፡

4. ለማቀድ ጊዜ ማጣት

“መጋዝህን አንስተህ አንዴ ከመቁረጥህ በፊት ሜትርህን አንስተህ ሁለቴ ለካ” የሚለው አባባል እውነት ነው፡፡ ለማቀድ ጊዜ ያጣ ሰው በችኮላ አንድ ጊዜ ብቻ ለክቶ ሁለትና ሶስት ጊዜ ለማስተካከል ሲቆርጥ የሚታይ ሰው ነው፡፡

5. ለመተግበር ጊዜ ማጣት

ቀደም ብለን እንደተመለከትነው አስፈላጊውንና አጣዳፊውን የመለየትን እይታ ካላዳበርን ፊታችን ቀርቦ የተገኘውን ነገር እያደረግን አስፈላጊውን ተግባር“ጊዜ የለኝም” የሚለውን ምክንያት በመስጠት ለነገ እናስተላልፈዋለን፡፡

6. የስኬት ማጣት ስጋት

አንድ ተግባር የማይሳካ ሲመስለንና ሁኔታውን መጋፈጥ ሲሳነን ለነገ ማስተላለፉን ቀላል ሆኖ እናገኘዋለን፡፡

7. “ፍጹማዊነት”

ሁሉም ነገር ካለምንም እንከን መከናወን አለበት ብሎ የማሰብ ፍጹማዊነት ያ “ፍጹም”

የሆነ ምቹ ጊዜና ሁኔታ እስኪከሰት ድረስ ስራውን በማስተላለፍ እንድንከርም የማድረግ ተጽእኖ ሊያሳድርብን ይችላል፡፡

8. የአደረጃጀት እውቀት ማጣት

አንዳንድ ሰዎች ነገሮችን ከማከናወን የሚዘገዩት ስላልፈለጉ ወይም ስለሰነፉ ሳይሆን ጊዜንና ስራን አዋቅሮ የማጠናቀቅ ብቃት ስለሌላቸው ነው፡፡ ስለዚህም፣ የቻሉትን አድርገው እንኳ ስራቸው ወደኋላ ሲጓተት ያገኙታል፡፡

9. ለአንድ ተግባር የጊዜ ገደብን አለመመደብ

አብዛኛውን ጊዜ ይህንና ያንን ስራ መስራት አለብኝ ብለን እናስባለን እንጂ መቼ መስራት እንዳለበት ግልጽ የሆነ ግብና ገደብ አናወጣም፡፡ ግልጽ የጊዜ ገደብ ያላስቀመጥንበትን ስራ አንድ ቀን ስንደርስበት ነው የምንተገብረው፡፡

10. የስሌት ስህተት

አንዳንድ ጊዜ ለአንድ ተግባር ጊዜንና ገደብን ብናወጣም እንኳ ለተግባሩ የሰጠነው ሰዓት በቂ ካልሆነ አሁንም ከመዘግየት ችግር አናመልጥም፡፡ ስለዚህ፣ አንድ ተግባር ምን ያህል ጊዜ እንደሚፈጅ የመገመት ጥበብን ማዳበር የግድ ነው፡፡

11. የስራ ግዙፍነትና ውስብስብነት

ትልቅና ውስብስብ ስራን በትንንሽና ተጨባጭ በሆነ መልኩ "ሰባብሮ" የማየት ጥበብ ካላዳበርን የተግባሩ ግዝፈት ያስፈራናል፡፡ ስለዚህም፣ "ነገ አደርገዋለሁ" የሚልን ውሳኔ በውስጠ-ሕሊናችን እንድንወስን ሊያደርገንና ሊያዘገየን ይችላል፡፡

12. የሰዎች ተጽእኖ

የሰንትንና የአደረጃጀትን መሰረታዊ አሰራር የማይከተል የንግድ አጋር፣ የትዳር ጓደኛ ወይም ደግሞ የስራ ባልደረባ የእኛንም ሁኔታ ስለሚያዛባ ዛሬ መደረግ ያለበትን ተግባር ለነገ እንድናስተላልፍ ተጽእኖ ሊያሳድርብን ይችላል፡፡

13. ከአቅም በላይ ስራን መሸከም

ምንም ያህል በአደረጃጀት የበሰልን ብንሆን ከአቅም በላይ ስራ መሸከም ከሚያመጣው የጊዜ መዛባትና ዝለት መዳን አንችልም፡፡ በቀላሉ ሂሳቡ ሲሰላ እንዲህ ይመስላል፡- (የሰዓት መጠን) – (የስራ መጠን) = (የነጻ ጊዜ መጠን)፡፡

14. የአቅም ማጣት

የስራና የሃላፊነት መብዛት የእንቅልፍን ሰዓት እየሰረቀ ሲሄድ አቅምም እንዲሁ እያነሰ ይሄዳል፡፡ የጤና መቃወስም በተመሳሳይ መልኩ አቅምን የመስረቅ ጉልበት አለው፡፡ አቅም ሲጠፋ በፕሮግራም መሄድ አስቸጋሪ እየሆነ ይመጣል፡፡

እንግዲህ ጊዜን በአግባቡ ከመጠቀም የሚከተል ስኬት ውስጥ ለመግባት የሚፈልግ ሰው እነዚህንና የመሳሰሉትን "ለነገ" የሚልን አጉል ባህሪይ የሚያዳብሩ ችግሮችን በመለየት መፍትሄ መፈለግ አለበት፡፡

ተግባርን ለነገ የማስተላለፍ መፍትሄዎች

1. ችግርህን እመን፡፡

ተግባርን ለነገ የማስተላለፍ ችግር እንዳለብህ አምነህ ተቀበል፡፡ ችግር እንዳለብህ ማመን የመጀመሪያው ትልቅ እርምጃ ነው፡፡ ችግር እንዳለበት የማያምን ሰው መፍትሄን አያገኝምና፡፡

2. መፍትሄ ፈልግ፡፡

የደረስክበትን የግል ችግር መንስኤ ፈልገህ ለማግኘት ተጣጣር፡፡ይህንን ለማድረግ መንስኤ የሌለው ችግር እንደሌለ ማመን አስፈላጊ እንደሆነ አትዘንጋ፡፡

3. እርምጃን ውሰድ፡፡

ያለብህ ችግርና መንስኤውን ካገኘህ በኋላ የእርማት እርምጃን ዛሬውኑ ውሰድ፡፡ ይህንን አስታውስ፣ ለመቅረፍ የምትፈልገው ችግር "ለነገ የማስተላለፍን" ችግር ስለሆነ ይህንንም እርምጃ ለነገ እንዳታስተላልፈው፡፡

4. ራስህን በሃላፊነት አስጠይቅ።

እድገትህን ለመቆጣጠር እንዲመችህና ስንፍና እንዳያጠቃህ ራስህን በሃላፊነት አስጠይቅ። በሃላፊነት እንዲጠይቅህና እንዲቆጣጠርህ ለአንድ የቅርብ ወዳጅህ መብትና ነጻነትን ስጠው።

5. ራስህ እወቅ።

ራስህን አጥናው፣ ተከታተለውና እወቀው። ከዚህ ቀደም በሰፈሩት ምእራፎች ውስጥ በሰፊው እንደተመለከትነው፣ ለስራ ትጉ የምትሆንበት ሰዓት የቱ እንደሆነ በማወቅ ያንን ጊዜ በመጠቀም ችግርህን በነቃ አእምሮ ቅረፈው።

6. እቅድህን ማየት አዘውትር።

የተግባር ዝርዝርህን ከፊትህ አትለየው። ተግባሮችህን ከቀን ገደባቸው ጋር በመጻፍ ዘወትር እያቸው። ይህንን ማድረግ የማስታወስ ብቃትህ በብዙ እጥፍ ይጨምረዋል፤ ባልሰራሃቸው ስራዎችም "እንድታፍር" ያደርግህና ያነሳሳሃል።

7. ራስህን አበረታታ።

ቀድሞ አድርገህ የማታውቀውን ነገር ማድረግ ስትጀምር ለራስህ ዋጋ ክፈል። ራስን ማድነቅ፣ ከስራ ዑደት ወጣ በማለት መዝናናትና የመሳሰሉት ሁኔታዎች ለነገ ስራህ ትጋትንና መታደስን ይዘህ እንድትመለስ ይረዱሃል።

እቅድን የማውጣት፣ የመተግበርና ለአስፈላጊው ተግባር ቅድሚያን የመስጠት ጥበቦች እጅግ አስፈላጊ ናቸው። ሆኖም ምንም እንኳ ስራዎቻችንን ብናዋቅራቸው፣ ያሉብን የሃላፊነት ጫናዎች ብዛት ሊያጣብቡን ይችላሉ። ለዚህ ችግር መፍትሄ ለማግኘት አንድ ማሰብ የሚገባን እውነታ አለ - ሚዛናዊነት! ሚዛናዊነት ማለት ምን ማለት ነው? ሚዛናዊነትንስ እንዴት ማዳበር እንችላለን? የሚቀጥለው ክፍል ለእነዚህ ጥያቄዎች መልስ ይሰጠናል።

- ክፍል ሰባት -

ጊዜና ሚዛናዊነት

"ሕይወት ብስክሌት እንደመንዳት ነው:: ሚዛንህን ለመጠበቅ ካለማቋረጥ መንቀሳቀስ የግድ ነው" - Albert Einstein

አንድ ሰው በጣም የሚወደው ልጅ ነበረው:: ለዚህ ልጁ ሊያወርሰው የሚችለው ብዙ ነገር ቢኖረውም እንኳ፣ ለልጁ ሊሰጠው የሚችለው እጅግ ጠቃሚ ነገር ሕይወትን በብልሃትና ስልታዊ በሆነ መልኩ እንዴት በስኬታማነት መኖር እንደሚችል ሊያስተምረው ይጣጣር ነበር:: ነገር ግን ብዙም የተሳካለት አልመሰለውም:: ልጁ በፊቱ የመጣለትን ነገር በማድረግ የሚነዳና ምንም አይነት እቅድ የሞላው ሕይወት እንዳላዳበረ ገባው:: በአካባቢው በጥበቡ የታወቀ አንድ ሰው ነበረና የሕይወትን ስልትና ብልሃት እንዲማር ወደዚያ ጠቢብ ሰው ላከው::

ይህ ጠቢብ በአንድ ጥንታዊ ህንጻ ውስጥ ነው የሚኖረው:: የሚኖርበት ታሪካዊ ህንጻ እጅግ በጣም ትልቅ፣ እጅግ ብዙና ጥንታዊ እዲሁም ድንቅ የሆኑ ቅርሶች የያዘ ነው:: ይህ ልጅ እዚያ እንደደረሰ በመጀመሪያ ያስተዋለው ነገር ወደዚህ ጠቢብ ሰው የሚገባውና የሚወጣው ምክር ፈላጊ ሰው ብዛትና አይነት ነው:: ባለሃብቱ፣ ነጋዴው ምሁሩና ባለስልጣኑ ይገባል፣ ይወጣል::

ተራውን የሚጠብቅ ሰው እንዳይሰላች ይመስላል::በእንግዳ መቀበያው ስፊ አዳራሽ ጥግ አንድ ሰው ለስላሳ ፒያኖ ካለማቋረጥ ይጫወታል:: ልጁም ለሁለት ሰአት ተራውን ከጠበቀ በኋላ ገባ:: "የመጣህበት ጉዳይ ምንድን ነው?" ነበር የጠቢቡ ጥያቄ::

ልጁም፣ "ሕይወቴን ስልት በተሞላው ሁኔታ እንዴት መምራት እንዳለብኝ ለመማር ነው

የመጣሁት"፡፡ ጠቢቡ፣ "አሁን ትንሽ ስራ አለብኝ፣ ከሁለት ሰዓታት በኋላ ቆይተህ ተመለስ፡፡ እስከዚያው ግን አንድን ነገር እንድታደርግ ስራ ልስጥህ"፡፡ በእጁ አንድን የሻይ ማንኪያ ሰጠውና በማንኪያው ላይ ዘይትን ሞላበት፡፡

"በህንጻው ውስጥ እየተዘዋወርክ ያሉትን ድንቅ ቅርሶች በመመልከት ሁለት መጠበቅ ያለብህን ሰዓታት አሳልፍ፡፡ አንድ ነገር ግን ተጠንቀቅ፣ በፍጹም ይህ በማንኪያው ላይ ያለው ዘይት መፍሰስ የለበትም"፡፡ ልጁ አደራውን ተቀብሎ፣ ስንት ሰዓት እንደሆነ ከቃኘ በኋላ ህንጻውን ለመጎብኘት በእጁ ዘይት የሞላበትን ማንኪያ ይዞ ወጣ፡፡

አጅግ አድካሚ የሆኑትን ደረጃዎች እየወጣና እየወረደ ከተዘዋወረ በኋላ ሁለት ሰዓት ሲሆነው ወደ ጠቢቡ ተመለሰ፡፡ ጠቢቡ ካስገባው በኋላ፣ "በምግብ አዳራሽ ውስጥ በግድግዳው ላይ የተሰቀለውን የጥንት ስእል አየኸው? የታወቁ አትክልተኞች አስር አመት የፈጀባቸውን የአትክልት ስፍራ አየኸው? የአለምን እውቀት በሙሉ የያዘውንስ የመጽሐፍት ቤት አየኸው?" ልጁ አፍሮ አንገቱን አቀረቀረ፡፡ ለካ ለሁለት ሰዓታት ሲዘዋወር ትኩረቱ ሁሉ በእጁ የያዘው ማንኪያ ላይ የተቀመጠው ዘይት እንዳይፈስ ነበር፡፡ ጠቢቡ ሊያስተምረው የፈለገው ነገር እንደተሳካለት ገባውና፣ "እደገና በማንኪያ ያለውን ዘይት ይዘህ ሂድና እነዚህ የነገርኩህንና ሌሎችም አስገራሚ ቅርሶች እንደገና ተመልክተህ ተመለስ … የአንድን ሰው ቤት በሚገባ ካላወቅህ ያንን ሰው ማመን ያስቸግርሃል" አለው፡፡

ሁለተኛ እድል ስላገኘ ትንሽ ተንፈስ ያለው ወጣት ተመልሶ ወጣ፡፡ ለሁለት ሰዓታት ጉብኝቱን ካጧጧፈ በኋላ በፈገግታ ተመለሰና ያየውን ሁሉ ለጠቢቡ ነገረው፡፡ እስኪጨርስ ጠብቆ ጠቢቡ፣ "እንዳይፈስስ ያልኩህ ዘይት የት አለ?" አለው፡፡ ልጁ፣ ጎንበስ ብሎ በእጁ የያዘውን ማንኪያ ሲያየው ዘይቱ ሙልጭ ብሎ ፈስሷል፡፡ ጠቢቡም እንዲህ አለው፣ "ስኬታማ ሕይወት ማለት ሚዛዊነትና ስልት የተሞላውን ሕይወት መኖር ማለት ነው፡፡ ሚዛናዊነትና ስልታማ ሕይወት ማለት ዙሪያህን እያየህ በማድነቅ ስትኖር በእጅህ ላይ ያለውን አደራ አለመዘንጋት ነው"

ይህ ታሪክ በብዙ ሃላፊነት፣ እድልና ገጠመኝ በተሞላ ዘመን ውስጥ ለምንኖር ለዘመኑ ሰዎች አስገራሚ ጥንታዊ ምክርን ይዟል፡፡ የተመኘነውን ነገር ሁሉ ማድረግ የሚቻልበት

በቂ ጊዜ የነበረበት ዘመን አልፏል። በዚህ ዘመን ውስጥ በስኬታማነት ለመኖር የተለያዩ የሕይወት ግዴታዎችን አፈራርቆ ለመያዝ ሚዛናዊነትን ማዳበር የግድ ነው።ልክ ይህ ወጣት በእጁ ያለውን ዘይት በዙሪያው ካለው ታላላቅ ነገርን የማየት እድል ጋር አስታርቆና ሚዛናዊ አድርጎ መውጣትና መግባት እንደነበረበት እኛም እንዲሁ!

ሚዛናዊነት ስንል ምን ማለታችን ነው? የሚከተለውን ትርጉም እናጢን። ሚዛናዊነት ማለት፡- "የሕይወትን ዘርፈ-ብዙ አደራዎችና እድሎች ካለማቋረጥ የማወቅና የማፈራረቅ ብቃት "ማለት ነው። የሚቀጥሉት ሶስት ምእራፎች በዚሁ ለሚዛዊነት በሰጠነው ትርጉም ዙሪያ የሚያጠነጥኑ ጥበቦችን ያቀፉ ናቸው።

- 19 -

የምርጫ ጥበብ

ሕይወት የአንድ ተግባር ብቻ ሂደት አይደለችም:: ቀናችንንና ጊዜያችንን የሚፈልገው ነገር ብዙ ነው:: ይህንን እውነታ በማወቅና በመቀበል ራስን ማዘጋጀት የጥበበኞች መንገድ ነው:: አንዱን አስፈላጊ የሕይወት ሃላፊነት ለመወጣት ወዲህና ወዲያ ስንል ሌላኛውን አስፈላጊነቱ አንገብጋቢ የሆነ ጉዳይ እንዳንጥል ማስተዋል አስፈላጊ ነው::

በዚህ ምእራፋችን ውስጥ የምናጠናው ሚዛናዊነት ለሚለው ቃል በሰጠነው ትርጉም ውስጥ የተካተቱትን ሁለት ቁልፍ ሃሳቦች ነው:: የመጀመሪያው፣ ሕይወት ዘርፈ-ብዙ የመሆኗ እውነታ ሲሆን የሚቀጥለው ደግሞ ዘርፈ-ብዙ የሆነውን የሕይወት ጉዳይ በቅጡ ለመያዝ አደራ እና እድል በምንላቸው ጉዳዮች መካከል የመምረጥ ጥበብ ነው:: እነዚህን ሁለ ት ሃሳቦች አንድ በአንድ እናጢናቸው::

ዘርፈ- ብዙ ሕይወት

ሚዛናዊነት - የሕይወትን ዘርፈ-ብዙ አደራዎችና እድሎች ካለማቋረጥ የመለየትና የማፈራረቅ ብቃት"

ሕይወት ዘርፈ-ብዙ ነች:: እነዚህ ሕይወትን ዘርፈ-ብዙ ያደረጓት እውነታዎች ደግሞ አብዛኛዎቹ ለስኬታችንና ለሕልውናችን አስፈላጊ ጉዳዮች ናቸው::

ስለዚህ፣ አንዱ ላይ ትኩረትን በመስጠት ሌላውን ችላ ስንለው ታላቅ የሆነን መዛባት ሊያስከትል ይችላል:: ስለሆነም፣ ይህንን ዘርፈ-ብዙ የሆነውን የሕይወትሁኔታ አያያዝ

ጥበብ በማሳደግ በሚገባ ካልኖርን ስኬታማነታችን ይወርዳል፡፡ የሚከተሉትን ሚዛዊ በሆነ መልኩ ሊያዙ የሚገባቸውን የሕይወት ክፍሎች እንመልከት፡፡

1. ቤተሰብ

እኛን ወደ መኖር ያመጣንና ህብረተሰብንም ህብረተሰብ ያሰኘው ተቋም ቤተሰብ ነው፡፡ እንደውም እውነታውን ጠለቅ ብለን ስናጤነው በአለም ላይ ያለው ቤተሰብ ብቻ ነው፡፡ ድርጅት፣ ትምህርት ቤት፣ የኳስ ጨዋታ ቡድን … የሚባል ነገር ብቻውን ሊታይ አይችልም፡፡ ሁሉም ነገር ቤተሰብ በሚለው ሃሳብ ላይ ተንጠልጥሎ ይገኛል - ቤተሰብ ባይኖር እነዚህ ሁሉ ነገሮች የሉምና፡፡ አንዳንድ ሰዎች ከላይ ለዘረዘርናቸው ነገሮችና ለስራ ከልክ ያለፈ ትኩረት ከመስጠታቸው የተነሳ የቤተሰብን ጉዳይ ችላ ይላሉ፡፡ ቤተሰብ ሲፈርስ ግን እነዚህ ሁሉ ነገሮች ይፈርሳሉ፡፡ በሌላ አባባል የቤተሰብ መኖርና ጠንካራ መሆን ነው አገርን ጠንካራ የሚያደርጋት፡፡ ስለዚህ፣ የቤተሰብን ጉዳይ ከሌሎች አስፈላጊ ጉዳዮች ጋር አብረን በሚዛናዊነት ልንይዘው ይገባል፡፡

2. ሕብረተሰብ

ሰው ማህበራዊ ፍጥረት ነው፡፡ ከሕብረተሰብ ውጪ መኖር የማይሆን ነገር ነው፡፡ ስለዚህ ማህበራዊ ኑሮን መጣል አማራጭ የሚሆንበት ጊዜ ሊኖር አይችልም፡፡ ይህም ማለት በጉርብትናም ሆነ በስራ አካባቢ ከምናገኛቸው የሕብረተሰባችን አባሎች ጋር የሰመረ ግንኙነትና መልካም ሕብረት እንዲኖረን ያስፈልጋል ማለታችን ነው፡፡ ሁኔታው ግን ሚዛናዊ በሆነ መልኩ ሊያዝ ይገባዋል፡፡ ለምሳሌ፣ አንዳንድ ሰዎች ለማህበራዊ ኑሮ ከሚሰጡት ልክ ያጣ ትኩረት የተነሳ የስራቸውንና የግል ቤተሰባቸውን ጉዳይ ችላ ሲሉ ይታያሉ፡፡ ሌሎች ደግሞ ከሕብረተሰቡ የወጣና ገለል ያለን ሕይወት ይዘው ይጓዛሉ፡፡ ከሌላ ሰው ጋር የመገናኘትና ማህበራዊ ጤንነትን የማዳበር ዝንባሌ የላቸውም፡፡

3. ስራ

ከስራ ውጪ የሚኖር ሰው ከሰውነት በታች ለመኖር ራሱን ይጥላል፡፡ ስለሆነም፣ ስራ በራሱ ከሌሎች የሕይወት አስፈላጊ ጉዳዮች ጋር ፈረቃውን ሊይዝ የግድ ነው፡፡ ስራን የመስራትን ትርጉም ለኑሮ የሚሆነን የገቢ ምንጭ ከማግኘት ባለፈ መልኩ ማየት

አስፈላጊ ነው፡፡ ማሰብ፣ ማቀድ፣ መፍጠርና ተጀምሮ በተጨረሰ ነገር መርካት ሁሉ የስራ አካሎች ናቸው፡፡ ስራ ግን ሚዛናዊ በሆነ መልኩ መያዝ አለበት፡፡ ከስራ አንጻር ሚዛናዊ መሆን ማለት፣ በአንድ ጎኑ "የስራ ሱሰኝነትን" ማስወገድ ሲሆን፣ በሌላ ጎኑ ደግሞ ከስንፍና በመጠበቅ ለስራ አስፈላጊውን ጊዜ፣ ጉልበትና ትኩረት መስጠት ነው፡፡ ለሌላው የሕይወት ክፍላችን ጊዜንና ጉልበትን እንደሰጠነው ያህል ለስራም እንዲሁ ልንሰጠው የግድ ነው፡፡

4. የግል ሕይወት

የየእለቱ ስራ ሃላፊነት፣ የንግዱ ሩጫና የኑሮው ውጣ ውረድ ጊዜያችንንና ትኩረታችንን ከመውሰዱ የተነሳ የግል ሕይወታችንን ጤንነት ችላ እንዳን ሊታሰብበት ይገባል፡፡ የግል ሕይወት ሚዛናዊነት የአካል ጤንነትን፣ በአእምሮ እውቀት ማደግንና ከአሉታዊ ስሜት ውጣውረድ ነጻ የመሆንን ጉዳይ የሚያካትት እውነታ ነው፡፡ አንድ ሰው ይህንና ያንን ለማድረግና የየእለት እቅዱን ለመፈጸም የሚበቃው በመጀመሪያ እሱ ሰላምና ጤና ሲሆን ነው፡፡

ስለዚህ፣ የግል ሁኔታችን ጉዳይ በዘርፈ-ብዙ ሕይወታችን ውስጥ የራሱን ተራ ሊይዝና ትኩረት ሊሰጠው ይገባል፡፡ አለዚያ በስራ ስኬታማ ሆነን፣ በገንዘብ በልጽገንና በተለያዩ ቁሳቁሶች አሸብርቀን ማንነታችን ግን እያዘቀጠ ይሄዳል፡፡

እነዚህ ከላይ የጠቀስናቸው ሁኔታዎች በሚዛናዊነት ልንይዛቸው ከሚገቡን ዘርፈ- ብዙ የሕይወት እውነታዎች ጥቂቶቹ ናቸው፡፡ እነዚህ ሁኔታዎች ልንደራደርባቸው የማንችላቸው ጉዳዮች ናቸው፡፡ አንዱ ከወደቀ የሌላው መነሳት ትርጉም ያጣል፡፡ ከዚህ ዘርፈ-ብዙ ከሚለው ሃሳብ ጋር አብሮ የሚሄድ ሌላ እውነታ የምርጫ ሕይወት ነው፡፡ ሕይወት ዘርፏ ብዙ ከሆነና ሁሉንም በአንድ ላይ ማስተናገድ ካልተቻለ፣ በሁለት ነገሮች መካከል የመምረጥን ጥበብ ማ ዳበር የግድ ነው፡፡

የምርጫ ሕይወት

ሚዛናዊነት -"የሕይወትን ዘርፈ-ብዙ አደራዎችና እድሎች ካለማቋረጥ የመለየትና

የማፈራረቅ ብቃት”

ከላይ “ዘርፈ-ብዙ” ሕይወት ብለን በሰየምነው ርእስ ስር እንደተመለከትነው፣ ሕይወት በብዙ ተግባሮችና ክስተቶች የተሞላች ነች፡፡ እነዚህን ተግባሮች ሁሉ ጨፍልቀን በአንድ አይን ልንመለከታቸው አንችልም፡፡ የትኛው ይቅደም፣ የትኛውስ ይከተል፣ የትኛውን ደግሞ ልተወው የሚለውን አስፈላጊ ውሳኔ ለመወሰን እነዚህን ተግባሮች በሁለት ከፍለን ማየቱ የግድ ነው፡፡ እነዚህ ሁለት ክፍሎች “የሕይወት አደራ” እና “የሕይወት እድል” ተብለው ሊጠሩ ይችላሉ፡፡

1. የሕይወት አደራ

አደራ የምንለው በየዕለቱ በሚመጡት ገጠመኞች ሳንወሰድ የግድ ልናከናውናቸው የሚገቡን ጉዳዮችና ሃላፊነቶች ናቸው፡፡ እነዚህ “አደራ” በሚለው ክፍል ውስጥ የመደብናቸው ጉዳዮች ለማከናወን የግድ ጊዜ ልንመድብላቸው የሚገቡን ሃላፊነቶቻችን ናቸው፡፡ እነዚህ ጉዳዮች የግድ ማድረግ የሚገቡን ግዴታዎቻችን ስለሆኑ “አደራ” ብለን እንጠራቸዋለን፤ ምክንያቱም ሕይወት እንድትሰምር እነዚህን አደራዎች የግድ መወጣት ስላለብን ነው፡፡

2. የሕይወት እድል

እድል የምንለው የሕይወት ክፍል በየመንገዱ የሚያጋጥሙን፣ በዋናው ዓላማችን የማይካተቱ፣ ነገር ግን መልካም የሆኑ ገጠመኞች ወይም እቅዶቻችን ናቸው፡፡ እነዚህ ጉዳዮች ብናደርጋቸውም ሆነ ባናደርጋቸው በሕልውናችን ላይ ተጽእኖ የማያመጡ፣ ነገር ግን ጊዜ እስከተገኘ ድረስ የምንደሰትባቸው ነገሮች ናቸው፡፡ እነዚህን ሁኔታዎች “እድል” ብለን እንጠራቸዋለን፤ ምክያቱም እድሉ ሲገኝ የምናደርጋቸው ካልተገኘ ግን አደራችንን ለመወጣት ቅድሚያ ስለምንሰጥ ለጊዜው ተወት የምናደርጋቸው ነገሮች በመሆናቸው ነው፡፡

እንግዲህ፣ ሕይወት በአንድ ጎኑ ለሕልውናችን አስፈላጊ በሆኑ ነገሮች የተጨናነቀች ስትሆን፣ በሌላ ጎኑ ደግሞ ልንደሰትባቸው እንዲሁም ደግሞ በትርፍ ጊዜያችን ልንተገብራቸው የምንችላቸውን ጉዳዮች አቅፋለች፡፡ በእነዚህ በሁለቱ “አደራ” እና

“እድል” ብለን በሰየምናቸው የሕይወት ጭንቅንቆች መካከል የመምረጥ ጥበብ አስፈላጊ ነው፡፡ ለህልውና አስፈላጊ የሆኑትን የሕይወት አደራዎች ችላ ብለን ብዙም ለውጥ የማያመጡ ጊዜያዊ እድሎች ላይ ስናተኩር ሚዛንን እንስታለን፡፡

ዘርፈ-ብዙ የሆነውን ሕይወታችንን በሚገባ ለመያዝ አደራዎቻችንንና እድሎቻችንን በመለየት ለአደራ ቅድሚያ መስጠትን ተመልክተናል፡፡ ሆኖም፣ በአደራዎቻችንና በእድሎቻችን መካከል መርጠን እንኳ የምንወጣቸው አደራዎች ቁጥር እጅግ ሊበዛና አያያዙን ካላወቅንበት ጊዜያችንን በብቃት መያዝ ሊያስቸግረን ይችላል፡፡ ይህን ችግር በጥበብ ለመያዝ እንዲረዳን በሚቀጥለው ምእራፍ የተዘረዘረውን የመለየትንና የማፈራረቅን ጥበብ እናጤናለን፡፡

- 20 -

የመለየትና የማፈራረቅ ጥበብ

መለስ ብለን በዚህ ክፍል መጀመሪያ ላይ ለሚዛናዊነት የሰጠነውን ትርጓሜ እናስታውስ፡- “የሕይወትን ዘርፈ-ብዙ አደራዎችና እድሎች ካለማቋረጥ የመለየትና የማፈራረቅ ብቃት ”፡፡

የዚህን ጽንሰ-ሃሳብ ሁለት እውነታዎች በቀደመው ምእራፍ ተመልክተናል፡፡ እነሱም የሕይወትን ዘርፈ-ብዙነትን የመገንዘብ ብቃት እና በአደራዎችና በእድሎች መካከል የመምረጥ ጥበብ ናቸው፡፡ ከእነዚህ በተጨማሪ የሚከተሉት ሶስት ሃሳቦች በሚዛናዊነት ትርጓሜ ውስጥ ተካትተዋል፡፡

“የማያቋርጥ” ሕይወት

“የሕይወትን ዘርፈ-ብዙ አደራዎችና እድሎች ካለማቋረጥ የመለየትና የማፈራረቅ ብቃት”

ሕይወት ሚዛናዊ እንድትሆን ካስፈለገ በቅድሚያ የሕይወትን ዘርፈ-ብዙነት አምነን ለመቀበል ራሳችንን ማዘጋጀት አለብን፡፡ በመቀጠልም ሕይወት የሰጠችንን “አደራ” በማስቀደም ከዚያም ደግሞ የሕይወትን “እድል” በማስከተል ቅደም ተከተሉን የጠበቀ ሕይወት ያስፈልገናል፡፡

እነዚህን ሁለት ደረጃዎች ከተከተልን በኋላ የቀጣይነትንና ያለማቋረጥን ዲሲፕሊን ማዳበር የግድ ነው፡፡ የዚህ ዲሲፕሊን መሰረታዊ ጽንሰ-ሃሳብ የሕይወትን አስፈላጊ ጉዳዮችና አደራዎች ካለማቋረጥ በመተግበር ከጥግ የማድረስ ጉዳይ ነው፡፡ ለዚህ

ዲሲፕሊን መሰረታዊ የሆኑ አራት እውነታዎች አሉ፡፡

1. ከአንድ ነገር በላይ የማከናወን ብቃት፡፡

አንድ የሚከናወን ነገር ሲኖር ሌላውን ርግፍ አድርጎ መተው የሕይወትን ቀጣይነት ይገታል፡፡ አንድ ነገር አስፈላጊ ከሆነ ፈጽሞ ልንተወው አንችልም ምክንያቱም ሌላ ቀን ተጠራቅሞ ብቅ ማለቱ አይቀርምና ነው፡፡

2. በሚጎዱ ወይም በሚያጓጉ ገጠመኞች ምክንያት የማይበታተን ማንነት፡፡

በድንገተኛና በስሜት ጎጂ ሁኔታዎች ምክንያት ወይም ደግሞ ድንገት ብቅ በሚሉ፣ በሚያጓጉና ደስ በሚያሰኙ ገጠመኞች ምክንያት ከአስፈላጊ ተግባሮች መገታት ሕይወትን እንዲቆም ያደርጋል፡፡

3. የአእምሮንና የአካልን ፍጥነት የማጣጣም ብቃት፡፡

ከእድሜ፣ ከኢኮኖሚ፣ ከአካል ብቃትና ከእውቀት ጋር ያልመጠነ አጉል "ታታሪነት" እንቅስቃሴን ቢያረጋግጥልንም እንኳ የኋላኋላ ከግጭት የሚመጣ መቆም መከሰቱ አይቀርም፡፡ ስለሆነም፣ ለማቅዳቸው እቅዶቼ የሚመጥን የአካል፣ የእውቀትና የኢኮኖሚ፣ እንዲሁም የሌሎች ጉዳዮች አቅም ሊኖረኝ ይገባል፡፡

4. የእንቅስቃሴን ሚዛናዊነት መጠበቅ፡፡

ሕይወት ባለበት መቆም አይችልም፣ ወይ ወደ ፊት ወይም ደግ ወደ ኋላ ይንቀሳቀሳል፡፡ ይህ እንቅስቃሴ ሚዛናዊ እንዲሆንወደ ኋላ በመንተትና በአጉል ፈጣንነት መካከል ያለውን ትክክለኛ ሚዛናዊ ፍጥነት በመለየት በዚያ መቆየትን ይጠይቃል፡፡

"የመለየት" ሕይወት

"የሕይወትን ዘርፈ- ብዙ አደራዎችና እድሎች ካለ ማቋረጥ የመለየትና የማፈራረቅ ብቃት"

ሕይወታችን የቱ ጋር እንዳለ ለይተን ካላወቅን ትክክለኛ ውሳኔ መወሰንና ሚዛናችንን መጠበቅ አስቸጋሪ ይሆናል፡፡ አላስፈላጊውን ማራገፍና አስፈላጊውን መሸከም

ካላወቅንበት ሕይወት ከአቅም በላይ በሆነባት ነገር ተሰብራ "የመከራ ትምህርት ቤት" ውስጥ ትገባለች። ይህንን የመለየት ጥበብ ለማዳበር ሶስት አስፈላጊ ጥያቄዎችን መጠየቅ እንችላለን።

1. በማድረግ ላይ ያለሁት ነገር ምንድን ነው?

ይህ የግምገማ ጥያቄ ነው። አሁን በማድረግ ላይ ያለሁት ነገር ማድረግ ያለብኝን ነገር ላይሆን ይችላል። ማድረግ በሚያስፈልገኝ ነገር እና ለማድረግ በፈለኩት ነገር መካከል መለየት አስፈላጊ ነው።

2. ማድረግ የምችላቸው ነገሮች ምንድን ናቸው?

ማድረግ የምችላቸውን ነገሮች ሁሉ ለማድረግ መሞከር ራስን ለድካም ማጋለጥ ማለት ነው። አንድን ነገር ማድረግ ስለቻልኩ ብቻ ማድረግ የለብኝም፤ መደረግ ስላለበት እንጂ።

3. ማድረግ ያለብኝ ነገሮች ምንድን ናቸው?

ሕይወት ሚዛናዊ እንድትሆን ማድረግ የሚገቡኝ ነገሮች ላይ ማተኮር አማራጭ የሌለው መንገድ ነው። "አድርገኝ" የሚለኝን የውጭ ጥያቄና "ላድርገው" የሚለውን የውስጥ ፍላጎት ተወት በማድረግ ማድረግ ያለብኝ ነገር ላይ ማተኮር ማለት ነው።

"የፈረቃ" ሕይወት

"የሕይወትን ዘርፈ- ብዙ አደራዎችና እድሎች ካለማቋረጥ የመለየትና የማፈራረቅ ብቃት"

ማድረግ በምንፈልገውና የግድ ማድረግ በሚገባን ነገር መካከል የመለየት ጥበብ ከስራ ጭንቅንቅ ነጻ የመሆንን ሁኔታ ሊያመቻችልን አይችልም። ነገሮችን ለይተንና አጣርተን እንኳ ማድረግ የሚገቡን ሃላፊነቶች ቁጥር እጅግ ብዙ ሊሆኑና ሸክም ሊበዛብን ይችላል።

ስለሆነም፣ ጊዜያችንን በአግባቡ ለመጠቀምና እነዚህ ዘርፈ-ብዙ የሆኑ ሃላፊነቶችን ለመወጣት ልናዳብር ከሚገባን ብቃት አንዱ በአንድ ጊዜ በርካታ ተግባሮችን የማከናወን

ብቃት ነው:: ይህንን ብቃት ነው "የፈረቃ ሕይወት" በማለት የሰየምነው:: ለምሳሌ፣ አንዳንድ ሰዎች ከ5 እና ከ10 ያላነሱ ትንንሽ ኳሶችን በእጃቸውና በአየር መካከል በማፈራረቅ እየወረወሩና እየቀለቡ ማስተናገድ ይችላሉ:: እያንዳንዱን ኳሶች እንደ ሕይወት አደራና ተግባር ብንመስላቸው፣ አንዱን ኳስ ከሌላኛው ጋር በማፈራረቅና ተራ በማስያዝ ያዝ ለቀቅ የማድረግ ጥበብ ወሳኝ ነው:: በዚህ ኳሶቹ ሁሉ ለዋነኛው የማፈራረቅ ትእይንትና ተግባር አስፈላጊ በሆኑበት ተግባር ላይ የሚከተሉት እውነታዎች የማይለወጡ ናቸው::

1. በጊዜው በእጃችን ላይ ላለው "ኳስ" (ተግባር) ትኩረት መስጠት።

ለምሳሌ፣ ማታ እቤቴ ስገባ ቤተሰብ የሚባል "ኳስ" እጄ ላይ ገብቷል:: ጓደኝነት የተሰኘው "ኳስ" ደግሞ አየር ላይ (ውጪ) ነው ያለው:: እቤት ገብቼ ቤተሰብ የተሰኘውን "ኳስ" ስጨብጥ በውጪ ትቼው መምጣት ያለብኝን የጓደኝነት "ኳስ" አብሬ ከያዝኩ ሚዛን ይዛባል:: በተመሳሳይ ሁኔታ ሰዎች በስራ ቦታ ጨዋታን፣ በጨዋታ ስፍራ ደግሞ ስራን በመደባለቅ ፈረቃ መያዝ ያለባቸውን ጉዳዮች ያምታታሉ:

2. የተለቀቁት "ኳሶች" (ተግባሮች) አንድ በአንድ እንደሚመለሱ ማስታወስ።

ለምሳሌ፣ በስራ ቦታ ሆኜ ስራ የተሰኘውን "ኳስ" በእጄ ሳስገባ፣ በቤት የተውኩት የቤተሰቤ "ኳስ" ለጊዜው በአየር ላይ ቢሆንም እንኳ ተመልሶ መምጣቱና ያዘኝ ማለቱ እንደማይቀር ማሰብ አለብኝ::ምንም እንኳ ለጊዜው የቤተሰብን "ኳስ" ለቀቅ አድርጌው ትኩረቴ ሁሉ ስራ በተሰኘው "ኳስ" ላይ ቢሆንም፣ የቤተሰብ ሃላፊነት ጉዳይ ከውስጠ-ህሊናዬ ሊጠፋ አይችልም:: ተመልሶ መምጣቱ አይቀርምና::

3. በእጅ ያለው "ኳስ" (ተግባር) ሊለቀቅ የሚገባበት ሰዓት እንዳለ አለመዘንጋት።

ለምሳሌ፣ ከስራ ነጻ በሆንኩባቸው ቀናት የነበረኝን የእረፍትም ሆነ የጨዋታና የማህበራዊ ጊዜ በሚገባ ብደሰትበትም እንኳ እሁድ ደርሶ ሰኞን ሲጋብዝ እኔም ሰኞ ይዞ ለሚመጣ

ውሃላፊነት ለመዘጋጀት በእረፍት ጊዜ በእጁ የገቡትን “ኳሶች” ለመልቀቅና የነገን “ኳስ” (ስራ) ለመያዝ መዘጋጀት የግድ ነው:: ይህ ጥበብ ለጊዜው ታላቅ ትጋትን የሚጠይቅና አድካሚ ቢመስልም እንኳ ከተለመደ በኋላ ፍሬያማ ያደርጋል::

4. በእጅ ያለውን “ኳስ” (ተግባር) እንደ ለቀቁ ተመለሰውን “ኳስ” (ተግባር) በመያዝ ሃሳብን ሙሉ በሙሉ በእርሱ ላይ መጣል።

ለምሳሌ፣ ከአድካሚና ከፈታኝ የስራ ቀን በኋላ እቤቱ ገብቶ ያረፈና በመጨረሻም ወደ መኝታ የሚሄድ ሰው በስራ ቦታ ያልተሳኩትንና ፈታኝ የነበሩትን ሁኔታዎች ማውጠንጠን ሊቀናው ይችላል:: በሌላ አባባል በአካል ከስራ መስኩ ቢለይም እንኳ በሃሳቡ የስራውን “ኳስ” እንደያዘው ነው:: መሆን ያለበት ግን አሁን እረፍት የተሰኘውን “ኳስ” ማስተናገድና ሙሉ ማንነትን መስጠት ነው - እረፍትና እንቅልፍ የሕይወት ግዴታዎቻችን ናቸውና:: በእጃችን ላይ ለገባው ተግባር ያለንን ሁሉ ትኩረት ሰጥተነው በሚገባ ከተገበርነው፣ ተራው ደርሶ ለመጣው አዲስ ተግባር ትኩረትን የመስጠት ድፍረት ይሰጠናል::

5. የአንዱ “ኳስ” (ተግባር) መውደቅ የኳሶቹ (የተግባሮቹ) የፈረቃ ሂደት የሰጠንን ዋነኛ ዓላማ እንደሚነካው ማስታወስ።

ለምሳሌ፣ የእንቅልፍና የእረፍት ጊዜውን ካለ አግባብ የሚጠቀምና ጠዋት ተነስቶ የስራ “ኳሱን” ማስተናገድ ሲገባው በመስነፍ ከስራ የማርፈድና የመቅረት አጉል ልማድ ያለበት ሰው፣ የስራን “ኳስ” በመጣሉ ምክንያት ሌሎቹንም “ኳሶች” የመጣል እድሉ የሰፋ ነው:: ከስራ ማርፈድና መቅረት የሚያስከትለው ከስራ የመባረር ሁኔታ የስራ “ኳስን” ከማስጣሉ ባሻገር፣ የስራ አጥነት የሚያስከትለው የገንዘብ እጥረት ደግሞ የቤተሰቡን ሁኔታ ያናጋዋል:: ይህ ሁኔታ የሚያስከትለው የእረፍት ማጣት ተጽእኖ ቀድሞውኑ አልለቅ ያለውን እንቅልፉን ሳይቀር ያስጥለዋል:: ይህንን ዑደት መስበር የግድ ነው::

ለሚዛናዊነት ከሰጠነው ትርጓሜ በመነሳት መጨረሻ የተመለከትነውን ይህንን የማፈራረቅ ሂደት በሚገባ ካስተዋልን በኋላ ሂደቱ ሙሉ እንዲሆን አስፈላጊ የሆነ አንድ እውነታ በሚቀጥለው ምእራፍ ውስጥ እንመለከታለን:: ይህ እውነታ የትኩረት ጥበብ ነው:: የትኩረት ጥበብ መሰረታዊ የሆነ የሚዛናዊነት ሂደት ነው:: በማፈራረቅ ሂደት ውስጥ

ተራው የደረሰ ተግባር ላይ ማተኮር አንዱ የስኬት ቁልፍ ነውና፡፡

- 21 -

የትኩረት ጥበብ

የስነ-ልቦና አዋቂዎች እንዲህ ይሉናል፡- አማካኝ ሰው በየስምንት ደቂቃው ትኩረቱን ከዋናው ተግባሩ ላይ የሚሰርቅና የሚያቋርጥ ነገር ይገጥመዋል፡፡ ይህ ማለት በአንድ የስራ ቀን ውስጥ ከ50 እስከ 60 ጊዜ ማለት ነው፡፡ እነዚህ ትኩረት አባካኞች በአማካኝ በአንድ ጊዜ ቢያንስ አምስት ደቂቃ ይወስዳሉ፡፡ ሂሳቡን ከሰራነው በቀን ውስጥ ያለን የስምንት ሰዓት የስራ ጊዜ በእነዚህ በሚያቋርጡን ነገሮች ይባክናል ((ምንጭ፡- https://blog.bufferapp.com/the-science-of-focus-and-how-to-improve-your-attention-span)፡፡

ከሚያቋርጡን ነገሮች 80 በመቶው ብዙም ዋጋ ሊሰጣቸው የማይገባቸው ጉዳዮች ናቸው፡፡ አንድ ነገር ትኩረታችንን ከሰጠንለት ስራ ካቋረጠን በኋላ እንደገና ወደ ትኩረታችን ለመመለስ ከ10 እስከ 15 ደቂቃዎች ይፈጅብናል፣ ይላሉ አዋቂዎቹ፡፡ ለምሳሌ፣ በቀን ውስጥ 4 ጊዜ ትኩረታችንን የሚያቋርጥ ነገር ካጋጠመን አንድ ሰዓት የትኩረት ጊዜ ባከነ ማለት ነው፡፡

የግልን ሕይወትና ጊዜ በተደራጀ መልኩ መምራት ለስኬታማ ሕይወት አማራጭ የሌለው ጉዳይ ነው፡፡ ይህ እንዲሆን የጊዜ አጠቃቀም ዘይቤዎችን መልመድና፣ ከላይ እደተመለከትነውም ሃላፊነቶቻችንን በማፈራረቅ ብቃት መብሰል ጠቃሚ ነው፡፡ ሆኖም፣ አንዳንድ ጊዜ ያዳበርናቸውን ብቃቶች በተለያዩ ትኩረት አሳጪ ሁኔታዎች ምክንያት መጠቀም ይሳነናል፡፡ ይህ እንዳይከሰት ትኩረታችን ከዋናው ነገር ላይ እንዳይነሳ መጠበቅ

አስፈላጊ ነው::

መሰረታዊ እይታዎች

የትኩረትን ጥበብ ለማዳበር ከሁሉ በፊት የሚከተሉትን መሰረታዊ እርምጃዎን መውሰድ አለብን::

1. ጊዜህ ሁሉ ወዴት እንደሚሄድ ለይተህ እወቅ::

ልክ አንድ ሰው የገንዘብ ሂሳብን ሰርቶ እያንዳንዷ ሳንቲም ምን ላይ እንደዋለች እንደሚያረጋግጥ በቀን ውስጥ ያለኝ የ24 ሰዓት ጊዜ እያንዳንዷን ደቂቃ በዚህ መልኩ ማጤን አለብኝ

2. ጊዜ ገዳዮችን ወይም አባካኞችን ለይተህ አውጣ::

የጊዜ ቆጠራን በማድረግ ጊዜዬ የት እንደሚሄድ ካወኩና ካዋቀርኩ በኋላ ሊከተል የሚገባው ጊዜን የሚያባክኑ ተግዳሮቶችን የመለየት ሁኔታ ነው:: በየመካከሉ ጣልቃ እየገቡ ከዋናው ተግባሬ ላይ ትኩረቴን የሚወስዱትን ጉዳዮች መለየት አስፈላጊ ነው::

3. ጊዜ አባካኝ ተግባሮችን ለይተህ ካወጣህ በኋላ በፍሬያማ ተግባሮች ወዲያው ቀይራቸው::

ከዋናው ዓላማዬ ጋር የማይጣጣሙትን ጊዜ አባካኝ ተግባሮች ከለየሁ በኋላ በፍሬያማና ከዓላማዬ አንጻር በሆኑ ተግባሮች መተካት አለብኝ:: እኔ ፕሮግራም ያላወጣሁለትን ሰዓት የተለያዩ ገጠመኞችና ሰዎች እንደሚወስዱት እሙን ነው::

4. በተግባሮችህ መካከል ለሚገጥሙህ ፕሮግራም አቃዋሽ ሁኔታዎች ዝግጅት አድርግ::

ይህ እርምጃ ራሳችንን ለትኩረት ምቹ አድርገን እንድንቀርብ የሚያስችለን ዋና ነገር ነው:: ለምሳሌ፣ ከአንድ ቦታ ተነስቼ መድረስ የምፈልግበት ስፍራ ለመሄድ የሚፈጅብኝ ጊዜ 20 ደቂቃ ከሆነ፣ መንገድ ላይ ለሚኖረው ድንገተኛ የመኪና መጨናነቅና የመሳሰሉት ገጠመኞ ዝግጅት ማድረግ አስፈላጊ ነው::

ከላይ የተዘረዘሩትን ለትኩረት መንገድ የሚጠርጉ መሰረታዊ እውነታዎች ከተገነዘብን የሚቀጥለው ደረጃ ትኩረት አሳጪ ሁኔታዎን መለየት ነው፡፡ ከዚህ በታች የምንመለከታቸውም ነጥቦች ያተኮረ የሕይወትን ዘይቤ ለመለማመድ የሚረዱንን የማጠቃለያ ሃሳቦች ነው፡፡ እነዚህ ነጥቦች በዚህ መጽሐፍ ላይ ለመዳሰስ የተሞከረውን አጠቃላይ የጊዜ አጠቃቀም እውነታ የሚያጠቃልሉና ሰፊ እይታ የሚሰጡ፣ ማንኛውም ሰው ሊያዘውትራቸው የሚገቡ ነጥቦች ናቸው፡፡

1. ትልቁን ስእል ተመልከት

የሕይወታችን ትልቁ ስእል ማለት ለማከናወን ወይም ራሳችንን ሆነን ለማየት የምንፈልገው ዋነኛ የራእያችን ስእል ነው፡፡ ይህንን ስእል ካለማቋረጥ በሃሳብህ በመያዝ በሚኖርህ ማንኛውም እንቅስቃሴ እንደመመዘኛ የምትጠቀምበት ነጥብ ሊሆን ይገባዋል፡፡

2. ሕይወትህን ከትልቁ ስእል ጋር ቃኘው

ተግባሮችህ በሙሉ ከአጠቃላይ የኑሮ ዓላማህና ከትልቁ ስእል አንጻር የተቃኙ መሆን አለባቸው፡፡ የቀንህን፣ የሳምንትህን፣ የወርህንና የአመትህን እቅድ ከአጠቃላይ የራእይህ አቅጣጫ አንጻር የተቃኘ መሆኑን እርግጠኛ ሁን፡፡ አለዚያ የባከነ ሕይወት የምትመራ ሰው ትሆናለህ፡፡

3. ከጊዜ ገደብህ አትውጣ

ማንኛውም ተግባር የጊዜ ገደብ ካልተወሰነለትና በዚያ በተሰጠው የጊዜ ገደብ ካልተከናወነ አሉታዊ ተጽእኖ እንዳለው እወቅ፡፡ ቀድሞውኑ ተግባሩ እንዲከናወን እቅድ ውስጥ አስፈላጊ ስለሆነ ነው፡፡ ይህ አስፈላጊ ነገር ደግሞ በጊዜው ካልተከናወነ ሁኔታዎችን እንደሚያቃውስ በሚገባ መገንዘብ አስፈላጊ ነው፡፡

4. ከእውነታ አትውጣ

ለአንድ ተግባር የጊዜን ገደብ ስታወጣ ከምኞትህ አንጻር ሳይሆን ከእውነታ አንጻር ልትመድብ ይገባል፡፡ አንድ ነገር ተከናውኖ ማየት የምትፈልግበት ምኞትህ አንድ ሳምንት

ከሆነና እውነታው ተግባሩን ለማከናወን አንድ ወር እንደሚጠይቅ ካመላከተህ ከእውነታው ጋር ተስማማ።

5. የጊዜን ሒሳብ ስራ

ልክ ገንዘብህን ደምረህና ቀንሰህ በጀትን እንደምታወጣና በዚያ በጀት ካልተንቀሳቀስክ ነገሮች እንደሚጨናነቁ፣ ጊዜህንም በዚሁ መልኩ ማየት መጀመር አለብህ። ለየትኛው ተግባርህ ምን ያህል ጊዜ እንደሚፈጅ የመለየትን ጥበብ አዳብር። በዚያም ጥበብ ተመራ።

6. ከእቅድህ አለፍ

አንዳንድ ሰዎች ታሪካቸው የሚያበቃው እቅድ በማውጣት ላይ ብቻ ነው፤ ያቀዱትን እቅድ በሚገባ አይከታተሉትም። አንተ ግን ያወጣኸውን እቅድ መጠበቅና ጊዜውን ጠብቆ ማከናወን እቅድ የማውጣትን ያህል አስፈላጊ መሆኑን አስታውስ።

7. ጥያቄን ጠይቅ

በቀኑ መጀመሪያ ላይ ይህን ጥያቄ ጠይቅ፣ "ዛሬ ማከናወን ያለብኝ ነገር ምንድን ነው?" እንዲሁም በቀኑ መጨረሻ ላይ ይህን ጥያቄ ጠይቅ፣ "ዛሬ ማከናወን የነበረብኝን ነገር አከናውኛለሁ?" እነዚህን ጥያቄዎች የሕይወትህ ክፍል አድርገህ ብትለምዳቸው ከትኩረት እንዳትወጣ ያደርጉሃል።

8. ድርብ ስራን ልመድ

በአንድ ጊዜ አንድን ተግባር ማከናወን ስኬታማነትን እንደሚጨምር ግልጽ ቢሆንም እንኳ፣ አንዳንድ ጊዜ በአንድ ጊዜ ከአንድ ስራ በላይ ማከናወን ያለብህ ጊዜ ሊኖር ስለሚችል ይህንን ጥበብ ማዳበር ይጠቅምሃል። ይህንን ለማድረግ በውጥረት ውስጥ የመረጋጋትን ብልሃት ማዳበር የግድ ነው።

9. እርዳታን ጠይቅ

ጊዜ፣ አቅምና እውቀት በሚያጥርህ ነገር ላይ የሌሎችን እርዳታ መጠየቅ አትፈር።

አንዳንድ ጊዜ ማድረግ የሚገባህን ሁሉ ለማከናወን በቂ ጊዜ ላይኖርህ ይችላል፡፡ አንዳንዴ ደግሞ ተግባሩን ከአንተ በተሻለ ሁኔታ ሊያከናውኑት የሚችሉ ሰዎች ይኖራሉ፡፡ እነዚህን እውነታዎች በመቀበል እርዳታን መጠየቅ ጥቅም እንጂ ጉዳት የለውም፡፡

10. *አእምሮህን አግዘው*

ምናልባት ብዙ ሃላፊነቶች ባልተሸከምክባቸው በቀደሙት ጊዜያት የተነገረህን ሁሉ የማትረሳ፣ አደርገዋለሁ ብለህ የምታስባቸው ነገሮች ሁሉ በአእምሮህ የምትመዘግብ "ንቁ" ሰው እንደነበርክ ጥርጥር የለውም፡፡ ሃሳብና ሃላፊነት እየበዛ ሲሄድ ግን ይህ አእምሮህ እርዳታን ይፈልጋልና የጽሑፍ ማስታወሻዎችን መያዝ ልመድ፡፡

11. *"እምቢ" ማለትን ልመድ*

በየቀኑ ከዋነኛው ዓላማህ የሚያስወጡህና ትኩረትህን የሚስቡ ገጠመኞች፣ እድሎችና የሰዎች ጥያቄዎች ብቅ ብቅ እንደሚሉ ካለፈው ልምምድህ ታውቀዋለህ፡፡ ማድረግ የምትችለውን ሁሉ ለማድረግ መሞከርህ መልካም ነው፡፡ ሆኖም፣ ከአቅምህ በላይ ለሆነ ነገር፣ ካለምንም የጥፋተኝነት ስሜት "እምቢ" ማለት ልመድ፡፡

12. *አጉል ልማዶችን ቀይር*

እቅድህ ውስጥ የሌሉና ብዙ ጊዜህን የሚበሉ ውጤት-አልባ የኑሮ ድግግሞሾችን ቀይር፡፡ የኑሮ ድግግሞሽ ማለት ሳናስብ የምናደርጋቸው ልማዶችና ጥቅም የለሽ ጉዳዮች ናቸው፡፡ እነዚህን ነገሮች በማድረግህ ምክንያት ምንም ጥቅም የማታገኝ መሆንህን እንደተረዳህ በስኬታማ ል ምዶች መቀየር አለብህ፡፡

13. *ራስህን አዝናና*

ብዙ ሰዎች በቀኑ፣ በወሩም ሆነ በአመቱ እቅዳቸው ውስጥ የእረፍትና የመዝናኛ እቅድ የላቸውም፡፡ እንዲያውም የገንዘብ በጀት ሲያወጡ ለመዝናኛ የሚውልን ገንዘብ መለየት ትዝም አይላቸው፡፡ ማረፍ፣ መዝናናትና፣ መደሰት ግን እቅድን ይጠይቃልና በእቅድህ ውስጥ የግል፣ የመዝናኛና የመደሰቻ ጊዜን ማካተትህን አትርሳ፡፡

"አስተሳሰባችን ነገሮችን ወደ እውነታ የማምጣት ብቃት አለው፤ ትኩረታችንን ወደ ጣልንበት አቅጣጫ የመሄድ ዝንባሌ አለንና" – Peter McWilliams

ማጠቃለያ

"ከፉው ዜና፣ ጊዜ የሙብረሩ ጉዳይ ነው፡፡ መልካሙ ዜና ግን፣ አብራሪው (ፓይለቱ) አንተ የመሆንህ ጉዳይ ነው" - Michael Altshuler

እንደ እውነቱ ከሆነ ጊዜን መምራት ወይም "ማኔጅ" ማድረግ አይቻልም፡፡ ማድረግ የምንችለው ጊዜን መጠቀም ነው፡፡ ጊዜ ሙብረሩ አይቀርም፤ ከበረረ አይቀር ወደ ዓላማችን እንዲበርር የማድረግን ጥበብ ማዳበር እንችላለን፡፡ ጊዜን መምራት ወይም "ማኔጅ" ማድረግ አንችልም ማለታችን ቀኑን ማታ፣ ማታውን ቀን፤ ወይም ደግሞ የሄደው ጊዜ እንዲመለስ ማድረግ አንችልም ማለታችን ነው፡፡ ማድረግ የምንችለው ግን ማለፉ የማይቀርለትን ይህንን "ጊዜ" የተሰኘውን ታላቅ ስጦታ ተጠቅመንበት እንዲያልፍ የማድረግን ጥበብ ማዳበር ነው፡፡

በሃገራችን የሚንጸባረቀው ትልቁ የጊዜ ጠንቃችን ከባህላዊ አመለካከት ጋር የተያያዘ ነው፡፡ ባህል ደግሞ ለብዙ መቶ አመታት የተመሰረተ ጉዳይ በመሆኑ በቀላሉ እንቀርፈዋለን ብሎ ማሰብ አይቻልም፡፡ ተግዳሮታችን ያለው፣ በአንድ ጎኑ በጠቃሚውና በጎጂው ባህል መካከል የመለየቱ ሁኔታ ነው፡፡ በሌላው ጎኑ ደግሞ ጎጂ ባህላችንን ከለየን በኋላ ያንን ጎጂ ባህል የመቀየር ጎዳና ስንጀምር የሚገጥመንን ግፊያ ለማለፍ ፈቃደኛ የመሆኑ ጉዳይ ነው፡፡ አሮጌውንና ጎጂ የሆነውን ባህላዊ እይታ ወደኋላ ትተን አዲስንና ጠቃሚ የሆነን አቅጣጫ ይዘን ወደፊት መራመድ ስንጀምር በሃገራችን ያለው ሌላኛው ለውጥን በቶሎ ለማስተናገድ ያለመፈለጉ አመለካከት ፊታችን ይደነቀራል፡፡ ጎጂ ባህልን መጋፋት ተራራን እንደመጋፋት ነው፡፡ ሁኔታው ግን የማይቻል አይደለም፡፡ ቢያንስ ቢያንስ ለሚቀጥለው ትውልድ አንድን መንገድ ጠርገንለት እናልፋለን፡፡

እንግዲህ በዚህ ውስን መጽሐፍ ውስጥ እጅግ ሰፊ የሆነውን "ጊዜ" የተሰኘውን ጉዳይ በመጠኑም ቢሆን ለመዳሰስ ሞክረናል፡፡ አንባቢዬ እነዚህን ነጥቦች ከማንበብ አልፎ እንዲሄድና ያነበባቸውን እውነታዎች ተግባራዊ ለማድረግ እርምጃን እንዲወስድ አበረታታለሁ፡፡

ይህንን መጽሐፍ ለማንበብ የወሰድከው ጊዜ እንጨት ፈላጭ በተቀላጠፈ ሁኔታ

እንጨቱን ለመፍለጥ እንዲመቸው መጥረቢያውን ለመሳል የወሰደውን ጊዜ ይመስላል።

በደነዘዘ መጥረቢያ አንድን እንጨት ለመፍለጥ አንድ ሰዓት ከመታገልና ላብን ከማንጠፍጠፍ፤ መጥረቢያውን ለመሳል አስር ደቂቃዎችን ወስዶ በሌላ አስር ደቂቃዎች ደግሞ እንጨቱን ለመፍለጥ ቢወስን ያተረፈው ትርፍ አርባ ደቂቃዎችን ብቻ አይደለም። ብዙ ልፋትንም አትርፏል። ይህንን መጽሐፍ ለማንበብ ጊዜን በመውሰድህ አንተም ያደረከው ይህንኑ ነው።

መልካምና የተሳካ ዘመን ይሁንልዎ!

References

1. Allen, D. (2001). Getting Things Done. Penguin Group Inc. New York, N.Y.

2. Chernoff, S. (2010). Manual For Living. Spirit Scope Publishing, Boulder, CO.

3. Crouch, C. (2005). Getting Organized.Dawson Publishing. Memphis TN.

4. Dodd, P. & Sundheim, D. (2009). The 25 Best Time Management Tools And Techniuques. Peak Performance Press, Chelsea, MI.

5. Felton, S. & Sims, M. (2009). Organizing Your Day. Baker Publishing Group, Grand Rapids, MI.

6. Griessman, E. (1994). Time Tactics Of Very Successful People. McGraw-Hills Inc., Madison, WI.

7. Key Organization Systems, (n.d.). Time Management Statistics.[Online]. Available: (http://www.keyorganization.com/time-management-statistics.php)

8. Lakein, A. (1973). How To Get Controll Of Your Time And Your Life. Penguin Groups, New York, NY.

9. Leland, K. & Bailey, K. (2008). Time Management In An Instant. The Career Press Inc., Franklin Lakes, NJ.

10. Mancini, M. (2003). Time Management. McGraw-Hill Companies, Inc. Madison, WI.

11. Maxwell, J. (1993). Developing The Leader Within You. Thomas Nelson Publishers, Nashville, TN.

12. Shirley Fine Lee (n.d.). Management / HR Statistics.[On-line]. Available: http://www.shirleyfinelee.com/MgmtStats

13. Silber, L. (1998). Time Management For Creative Person.Three Rivers Press, New York, NY.

14. Tracy, B. (2007). Eat That Frog. Berrett-Koehler Publishers, Inc., San Francisco, CA.

15. Weekly Trust, (May 28, 2011). African Time: Whose Ideology? [On-line]. Available: (http://www.weeklytrust.com.ng/index. php?option=com_content&view=article&id=6147:african-time-whose-ideology&catid=35:life-extra&Itemid=140)

Printed in Great Britain
by Amazon

22222648R00088